நவம்பர் 8, 2016

நவம்பர் 8, 2016

எஸ். அர்ஷியா

எதிர் வெளியீடு

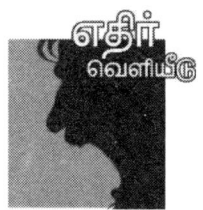

நவம்பர் 8, 2016
நாவல்

எஸ். அர்ஷியா

முதல்பதிப்பு: டிசம்பர் 2016
எதிர் வெளியீடு
96, நியூ ஸ்கீம் ரோடு, பொள்ளாச்சி - 642 002.
தொலைபேசி: 04259 - 226012, 99425 11302.
வடிவமைப்பு: ரவிந்திரன் க.

விலை: ₹ 90

November 8, 2016
S. Arshiya

© S. Arshiya
First Edition: December 2016
Published by Ethir Veliyedu,
96, New Scheme Road. Pollachi - 642 002.
Phone: 04259 - 226012, 99425 11302.
Email: ethirveliyedu@gmail.com
www.ethirveliyedu.in

Price: ₹ 90

All rights reserved. No part of this book may be reprinted or reproduced or utilised in any form or by any electronic, mechanical or other means, now known or hereafter invented, including photocoping and recording, or in any information storage or retrieval system, without permission in writing from the Publisher.

நன்றி

தமிழ் அரசி
சரவணன் சந்திரன்
அனுஷ்

உங்கள் அனுபவங்களை இதிலுள்ள சம்பவங்களில் எந்த இடத்திலும் பொருத்திப் பார்க்கலாம். அதுவே இந்நூலுக்கான முன்னுரை, அணிந்துரை எல்லாமே!..

சமகால அரசியலை எழுதுவது சவாலான வேலை. அதுவும் எல்லாருக்கும் தெரிந்த சம்பவங்களை எழுதும்போது, அதுவெறும் பத்திரிக்கைச் செய்திபோலாகிவிடும் அபாயமிருக்கிறது. அதையே புனைவாக்கும்போது, அது வேறாகிவிடுகிறது.

மதுரை 17
14.12.2016.

எஸ். அர்ஷியா
999 487 3456.
s.arshiya12@gmail.com

எஸ். அர்ஷியா

எஸ். சையத் உசேன் பாஷா

மதுரையைச் சேர்ந்தவர். விவசாயம்சார் தொழிலைச் செய்பவர். மனைவி அமீர்பேகம். மகள் எஸ். அர்ஷியா.

இவரது நூல்கள்

சிறுகதைகள்

கபரஸ்தான் கதவு
மரணத்தில் மிதக்கும் சொற்கள்

நாவல்கள்

ஏழரைப்பங்காளி வகையறா
பொய்கைக்கரைப்பட்டி
அப்பாஸ்பாய் தோப்பு
கரும்பலகை
அதிகாரம்
சொட்டாங்கல்

கட்டுரைகள்

சரித்திரப் பிழைகள்

மொழிபெயர்ப்புகள்

நிழலற்ற பெருவெளி
திப்பு சுல்தான்
பாலஸ்தீன்
பாலைவனப் பூ
மதுரை நாயக்கர்கள் வரலாறு

999 487 3456
s.arshiya12@gmail.com

1

நீர்ச்சோலையைப் பின்னணியாகக் கொண்டிருந்த தமிழரசியின் படம், செல்போன் திரை முழுக்க நிறைந்து, காதில் ரகசியம் சொல்லத் துடிக்கும் குழந்தையின் பரிதவிப்புடன் அணைவதும் மிளிர்வதுமாக இருந்தது. மதுக்குமார் செல்போனை 'சத்தமில்லா' இயக்கத்தில் வைத்திருந்தான்.

படத்திலும் நேர்ச்சித்திரமாய் தமிழரசி அழகாய் இருந்தாள். பின்னணியில் கற்றைநீர் மேகமாய் ஈர சாம்பல் நிறத்தில் தவழ்ந்தபடியிருந்தது. அருவி யிலிருந்து உறவறுத்து உதிர்ந்த நீர்த்துளிகள், முத்துக்களாய் அந்தரத்தில் மிதந்தன. ஒருதுளி அவள் கன்னத்தில் முத்தமிட்டுக்கொண்டிருந்தது. கல் வைத்துத் தேய்த்துத் தேய்த்துப் பளபளப்பாக்கிய, சிலிர்த்த முகத்தில் நவரசக் கீற்றுகள் ஒளிர்ந்தன. இமைக்கதவுகளை ஒருக்களித்துச் சாத்திய பரவச உச்சமாய், உதடுகள் லேசாகப் பிளந்திருந்தாள். அது ஏதோ ஒருநடிகையின் சாயலில் இருந்தது. தேனைக் கசியவிட்ட தருணத்தைக் காட்சிப் படுத்திய அந்தப்படம் ஒளிர்வது 'சட்'டென்று நின்றுபோனது. அடுத்தநொடியே ஏமாந்த குழந்தையின்

சிணுங்கலுடன் படம் மறுபடியும் மிளிர்ந்தது.

அவன் எடுப்பவனாக இல்லை. ஆறுமணிக்குள் அறிக்கையைத் தயார்செய்து தர வேண்டும். தரவுகளைக் கோர்த்து, சீர் செய்து, திரும்ப ஒருமுறை அத்தனைப் பக்கங்களையும் படித்துப் படியெடுக்க வேண்டும். நூறுகோடி ரூபாய்க்கான முதலீடு. டால்பின் நோஸ் கொரகோடைல் ட்டூத் நிறுவனத்தின் நிறுவனத் தலைவர் நீரவ் கோவ்லாவின் ரகசிய நண்பனவன். அந்நிறுவன செயலியக்கத்துக்குக் கொஞ்சமும் சம்பந்தமில்லாத அவனிடம் இதுபோன்ற ரகசியத் தயாரிப்புப் பணிகள் வரும். நிறுவனத்தின் முக்கிய நபர்களை நீரவ் கோவ்லா நம்புவதில்லை. மதுக்குமார் யாரிடமும் மூச்சுவிடாமல் காரியங்களைச் செய்துகொடுப்பான். கூலி, எதிர்பாராத அளவில் வந்துகொட்டும். தனியாக ஒரு கம்யூனிகேஷன் நிறுவனம் நடத்திவந்தான். அதுவே போதுமானதாக இருந்தது.

அறிக்கைத் தயாரிப்பில் எண்பது சதவீதம் கடந்திருந்தது. நேரத்தை உட்செரித்து, மூளையின் ஈரத்தை உறிந்த செயல்திறனால் அந்தளவுக்கு வேலை முடிந்திருந்தது. ஒருவிவசாயி இராப்பகலாய் உழைத்த உழைப்புக்கு ஈடானது, அது. மீதி இருபது சதவீதம் தடமற்றப் பாதையில் ஒற்றைப் பாதத்தால் நடப்பதற்கு ஒப்பானது. விவசாயி தன் இரத்த வியர்வைக்கு ஈடாகப் பணம் எண்ணும் ஈர கவனம் அதிலிருக்க வேண்டும்.

பணியின்போது இடையூறுகளைத் தவிர்க்க, செல்போனை கைக்கெட்டாத தூரத்தில் வைத்துவிடும் வழக்கத்தை மதுக்குமார் கொண்டிருந்தான். அதிர்வலையை மட்டுப்படுத்தி, அரவமற்ற நிலைக்கு மாற்றிக்கொள்வான்.

மிளிர்ந்த படம் அணைந்தது. அறையின் குளிரூட்டும் இயந்திரத்தின் நசிந்த சப்தத்தைத் தவிர, வேறெந்த அதிர்வும் அங்கிருக்கவில்லை. அது, அவனது தனியறை. அனுமதியுடன் நுழைதலுக்கும் அனுமதியில்லை. அகன்ற கம்ப்யூட்டர் திரையில் கண்களைப் பதித்திருந்தவனின் காதில்விழுந்த, ‘க்ளிக்’சப்தம் அவன் நிலையைக் குலைத்தது. திடுக்கிட்டுத் துள்ளி, சப்தம்கேட்ட திசையில் திரும்ப... சற்றே தள்ளி, அனாதையாகக் கிடந்த செல்போன் திரையின் ஒளியிலிருந்து ஒருருவம் உருகி வெளியேறி, உருக்கொண்டு, பின்னாலிருந்து அவன் கண்களைப் பொத்தியது.

டால்பின் நோஸ் கொரகோடைல் ட்டூத் நிறுவனத்தின் நிறுவனத் தலைவர் நீரவ் கோவ்லாவின் கைபானம் அவனாகத்தான்

இருக்கவேண்டுமென்று எதிர் நிறுவனமொன்று மதுக்குமார் மீது சிலநாட்களாகவே, கண் வைத்திருந்தது. ரகசியங்கள் யாவும் எப்போதும் ரகசியங்களில்லை. நீரவ் கோவ்லாவும், 'கவனமா இருந்துக்க!' என்று எச்சரித்திருந்தார்.

....சுதாரித்துத் திரும்புவதற்குள் அவன் கண்கள் இருண்டிருந்தன. மூடிய இமைகளுக்குள் நட்சத்திரங்களும் மீன்களும் நீந்தி விளையாடின. மனிதனால் உருவாக்க முடியாத எண்ணற்ற வண்ணங்களிலும் வடிவங்களிலும் பூச்சிகள் நெளிந்துபறந்தன.

"யேய்... யாரது? யார்றாது? அடிங்..." பிடிக்கு நழுவும் விரால்மீனாய் திமிறி வழுக்கித் துள்ளினான். துள்ளியவன் தலையை அவன் அமர்ந்திருந்த இருக்கையின் மேல்பகுதியிலேயே வைத்து அழுத்திப்பிடித்த அந்தக்கைகள், பிடியை மேலும் இறுக்கின. 'யேய்... யாரது? யார்றாது? அடிங்...' என்று சப்தம் எழுப்பிய வாயில், தன் வாயை வைத்துப் பூட்டியது. ஒன்றுக்குள் ஒன்றாய் ஆகிப்போன அவன் வாய்க்குள், எதையோ தன் நாவால் துழாவித் தேடியது.

நேற்றிரவு இதுபோலானதொரு காட்சியைக்கொண்ட ஆங்கிலப் படத்தை அவன் பார்த்திருந்தான். உரித்துவைத்த மரவள்ளிக்கிழங்குபோல உருவத்திலும் நிறத்திலுமிருந்த ஒருத்தி ஸ்வெட்டர் பின்னிக்கொண்டிருந்தாள். அவளுடன் ஒருவன். நூல்பிசகாமல் அப்படியே அது, இப்போது தலைகீழாய் நடந்தது. பிடி தளரவேயில்லை. காட்டுமரத்தை இறுக்கிப் பற்றிப் படரும் பசுங்கொடியாக, அவன் கைகளை தன் கைகளால் பிணைத்து அசையாதபடி அந்த உருவம் வளைத்துப் பிடித்திருந்தது. அவன் மூச்சு முட்டித் திணறிப்போனான்.

செய்துமுடிக்கவேண்டிய வேலை கம்ப்யூட்டர் திரையில் ஒருபடம்போல விரிந்து கிடந்தது. எதிரணியின் கைகளில் எதுவும் சிக்கிவிடக்கூடாதென்றுதான் நீரவ் கோவ்லா கண்ணுக்கெட்டாத தூரத்தில் அவனை நியமித்திருந்தார். செய்யும்வேலையை மதுக்குமார் இதுவரை நேர்மையுடன் செய்துதந்திருந்தான். அதை எப்போதும் தொடர நினைத்தான். பலங்கொண்டமட்டும் அந்த உருவத்தை உதறித்தள்ள யத்தனித்த அந்த நொடிகளில் அவன் வேறொன்றை உணர்ந்தான். அழுத்தம் சுகமானதாக இருந்தது. எப்போது மில்லாத ஓர் இதம் உடம்பைப் பரவசப்படுத்தியது. அந்தரத்தில் பறக்கும் மாயக்கம்பளத்தில் இருப்பதுபோல, உடல் காற்றில்

அலைந்தது. திணறுதல் இப்போது இன்பத்தை உற்பத்தி செய்தது. உதறுதலைக்கைவிட்டு, எதிரியின் செயலுடன் அவன் இயைந்து போனான். எதிரும்புதிருமாய் இருவேறு பாதைகளில் ஓடிவந்தப் பெருநதிகள் ஓரிடத்தில் முயங்கிக்கலப்பதுபோல அவளுடன் சீரானான். இப்போது, மாயஉலகம் அங்கே உண்டாகியிருந்தது. எல்லாமே அவர்களுக்கானதாய் உருக்கொண்டது. அங்கே, காலநிர்ணய வரைமுறைகள் ஏதுமிருக்கவில்லை. ஆட வழிகாட்டுதலோ, அடக்க யார் தடைகளுமோ இருக்கவில்லை. அவர்களே அவர்களை வழிநடத்திக்கொண்டார்கள். தான்தோன்றித்தனமான தொடக்கமும் முடிவும் ஒன்றாக உருக்கொண்ட ஒரு தருணத்தின் இறுதிப்புள்ளியில், "நெசமாவே பயந்துட்டேன்ப்பா!" என்றான்.

"எட்டுதடவை போன் பண்ணீருக்கேன்டா!" அவன் கன்னத்தில் அறைவதுபோல பாவனை செய்தவள், எதிர்பாராத நொடியில் முத்தம்வைத்தாள்.

"ஒனக்கு இவ்வளவு சக்தியா... பிடி... இரும்புப் பிடி. அப்பாஹ்!"

"நானெல்லாம் பல்லிக்கே பயப்படற ஆளு!"

"என்னோட எதிர்காலத்த நெனச்சா பயமாருக்கு!"

"மவனே... ரிங் அடிச்சதும் போனை எடுக்கணும். இல்லனு வெச்சுக்க!"

"இதுபோல துன்பத்தை அனுபவிக்கணுமா!"

"இது, துன்பமாடா பரதேசி? நாங்களா வந்தா... அப்டித்தான்டா சொல்வீங்க!"

"வேலைபாக்கும்போது டிஸ்டர்ப் பண்ணாதே!"

"பிகு... ம். வாடீ. இனிமே இருக்கு!"

"சரிசரி... விடு. நாங்க... ம்... சீ. வெக்கமாருக்கு... ஆம்பளைங் கள்ல!"

"மீசையில்லாத நீ?"

"வா... கொஞ்சம் உயிர் தொழுவோம்!"

"கொடூரனின் மார்பில் கோடைக்கால வாள் நான்!"

"இன்னும் கொஞ்சம் காதல் செய்!"

"வஞ்சனை செய்கிறாய். உன் முத்தத்தில் நீதி இல்லை!"

"யம்மாடி... நமக்கு இனி *take diversion* தான். அந்த ரோட்ல போகவே கூடாது!"

"வெண்ணே... வெண்ணே... செய்வன திரும்பச் செய்!"

"அம்மாடீ... மறுபடியுமா?"

"வாழ்தல் சுகமடா. உன் காதலில் வாழ்தலோ சொர்க்கம்!"

"அப்டியா?"

"ஆறுமணிக்குமேல அடுத்தநாள் ஆறுவரைக்கும் இனிமேல் நீ என் நேரம்!"

"அது சரி!"

"என் தேவா!..." பாறைகளில் மோதிச்சிதறும் நீர்த்திவலைகள் உண்டாக்கும் சிலிர்ப்பில் அவனுடன் மூழ்கினாள். அவள் உடல் கரைந்துகொண்டிருந்தது.

"தமிழு... குடிக்கக் கொஞ்சம் தண்ணி கொண்டாம்மா!" சிலகுரல்கள் எந்த நிலையிலிருந்தாலும் கவனத்தை ஈர்த்துவிடும். அப்பாவின் குரல் தாயுமானது. இளக்கமாக இருக்கும். அவர் எத்தனை மெதுவாக அழைத்தாலும் அவள் காதில் நுழைந்துவிடும். இப்போது அப்பாவின் குரலில் சந்தோஷம் வேறு இருந்தது. அதுபோலான தருணங்களில் பெயரை, 'தமிழு' என்று சுருக்கிவிடுவார்.

மதுக்குமாரை செல்போனில் அழைத்த அழைப்பு இன்னும் போய்க்கொண்டேயிருந்தது. 'மகனே... கல்யாணம் ஆகட்டும்டீ. அப்ப வெச்சுக்கறேன்! அடிச்சா... போனை எடுக்கவா மாட்டேங்கற?' அழைப்பைத் துண்டித்தாள். "இந்தா கொண்டாறேம்ப்பா!"

தண்ணீருடன் தமிழரசி போனபோது, டீப்பாயில் ஏழெட்டுப் பத்து ஐநூறு ரூபாய், ஆயிரம் ரூபாய்க்கட்டுகள் இருந்தன. எல்லாவற்றிலும் *Mahatma Gandhi* என்று இந்தியிலும் ஆங்கிலத்திலும் கீழே குறிக்கப்பட்டிருந்தவர் பொக்கை வாயுடன் சிரித்தார். "பணம்

கெடைச்சுருச்சும்மா. கைய சுருக்க வேணாம். நீ ஆசைப்பட்ட மாதிரி கல்யாணத்த விரிவா செஞ்சுறலாம்!” மகளைப் பார்த்துச் சிரித்தார். அப்பாவுக்கு பற்கள் இருந்தன.

மகளின் கனவுகளை நிறைவேற்றி வைக்க எந்தத் தந்தைக்குத்தான் ஆசையிருக்காது? அதுவும் ஒரே மகள்! கனவிலும் வீட்டுப்பெயர் கெட்டுவிடக்கூடாது என்பதில் கவனமாக இருப்பவள். ‘பொம்பளப் புள்ளைய வெச்சுருக்குறது மடில நெருப்பக் கட்டிக் கிட்டு இருக்குறமாதிரியிருக்கு’ என்று ஒருநாளும் அம்மா சொன்னதில்லை. ‘உங்கப் பொண்ண அங்கே பாத்தேனே… இங்கே பாத்தேனே…’ என்று ஒருசெய்தியும் வீடு வந்ததில்லை. எதையும் அப்பாவிடம் சொல்லிவிடும் மறைக்காத மனவிசாலம் இருந்தது. அம்மாவிடம் உரையாட அவளுக்கு வழியிருந்தது. ‘இன்னுங் கொஞ்சம் படிச்சுக்கிறேனேப்பா…’ என்றுமட்டும் திருமணத்தைத் தட்டிக்கொண்டே வந்தாள். ஒருகட்டத்தில், ‘ரொம்ப கஷ்டம் குடுக்குறேன்ப்பா. உங்களுக்கும் ஆசையிருக்கும்ல்ல… பொண்ணக் கட்டிக்குடுக்க. பேரன்பேத்திகளைப் பாக்க. கல்யாணம் பண்ணிக்கிறேன்ப்பா!” என்றாள்.

எல்லாமே அவள் விருப்பமாக இருந்தது. அதனால் அவளை, அவளே வழி நடத்திக்கொள்ளவும் முடிந்தது.

“மாப்ளே எப்டிம்மா எதிர்பாக்குற?”

“படிச்சுருக்கணும். ப்ரபஷனல்னா ஒரு டிகிரி போதும். மத்ததுன்னா பிஜி வேணும். ரெகுலரானு பாத்துக்குங்க. அப்பறம்… கல்யாணத்தை நம்ம சக்திக்குள்ள கொஞ்சம் கிராண்டா செய்யணும். அவ்வளதாம்ப்பா!”

பெரிய ஆசைகள் எதுவும் அவளிடம் இருக்கவில்லை. நல்ல இடம் தகைந்தால்… கணக்குப் பார்க்காமல் மகளின் ஆசையைப் பூர்த்தி செய்துவிடும் எண்ணம் பெற்றவர்களுக்கு இருந்தது.

‘திருமணத்துக்குத் தயார்’ என்று மகள் சம்மதம் சொன்ன பத்தாவதுநாளே, நல்ல இடத்திலிருந்து சம்பந்தம் வந்தது. அவர்களும், “பொண்ண எங்களுக்குப் புடிச்சுருக்கு. உங்க பொண்ணுக்கு நீங்க போடுறதப் போட்டுக்குங்க!” என்று ஆயிரம் ‘க்’குகளைக் கொண்ட நுட்பமான வார்த்தைகளைத் தேர்ந்தெடுத்துச் சொல்லிவிட்டுப் போனார்கள்.

நிச்சயதார்த்தம் நடந்து, கல்யாண தேதி குறித்து, மண்டபம் பிடித்து அட்வான்ஸ் கொடுத்தாகிவிட்டது. கொஞ்சங் கொஞ்சமாய் சேர்த்த நகைகள் போதுமான அளவுக்கு இருந்தன. வங்கிக்கணக்கில் மகள் திருமணத்துக்கென்று சேர்த்த தொகை, கணிசமாக இருந்தது. மேற்கொண்டு, ஒரு ஐந்துலட்சரூபாய் புரட்டினால், மகள் ஆசைப்பட்டதுபோலவே 'கிராண்டாக' செய்துவிடலாம். இன்னும் நான்குவருடப் பணிக்காலம் இருக்கிறது. வாங்கியக் கடனை அதற்குள் அடைத்துவிடலாம் என்று திட்டமிட்டு, நண்பனொருவனிடம் பணம்கேட்டிருந்தார். நண்பன் அழைத்து, இன்று கையில் பணத்தைக் கொடுத்துவிட்டான்.

பணம் கிடைத்துவிட்டதில் அம்மாவுக்கு ரொம்பவே சந்தோஷம். போனமாதம் உறவில் கல்யாணம் ஒன்று நடந்திருந்தது. சிறப்பாக நடந்ததாக எல்லோரும் பேசிக்கொண்டார்கள். அம்மாவும் அப்படித்தான் நினைத்தார். அதைவிட ஒருபடி மேலாக, மகள் கல்யாணத்தை நடத்திவிட அவருக்கும் ஆசையிருந்தது. மனதின் ஓரத்தில் அது கொழுந்துவிட்டுக் கொண்டிருந்தது. சமூகத்தில் மதிப்பீடு முக்கியமாக ஆகிவிட்டது. ஒருவரின் அந்தஸ்தை பங்களா, கார், பணம் வைத்திருப்பதில் அளவீடு செய்ததெல்லாம் மலையேறிவிட்டது. செலவுசெய்வதில்தான் இப்போது அந்தஸ்தின் குறியீடு வெளிப்படுகிறது. மனசைப்போலவே அம்மாவுக்கு கையும் விசாலம்தான். "நெறைஞ்ச செவ்வாய்க் கெழம பொழுதுல பணம் கைக்கு வந்துருக்கு. எடுத்து உள்ளே வைம்மா!"

கைகளில் நோட்டுப் புத்தகங்களை அடுக்கி எடுத்துக்கொண்டுபோகும் சிறு குழந்தைபோல தமிழரசி அதை வாரியெடுத்துக்கொண்டுபோய் பீரோவின் உள்பெட்டியில் அடுக்கினாள். பூக்களைப்போலவே ரூபாய்த்தாள்களுக்கென்றும் ஒரு மணம் இருக்கின்றது. யாருக்கும் அந்த மணம் பிடித்துவிடும். தனிமையிலாவது ஒருமுறை முகர்ந்து பார்க்காதவர்கள் இருக்கமுடியாது. அதிலும் புதிய தாள்களுக்கு ஒரு மணம். உபயோகித்து அழுக்கடைந்தத் தாள்களுக்கும் ஒரு மணம் இருக்கவே செய்கிறது. புதிய நோட்டு, பழைய நோட்டுகளில் மணம் மாறினாலும் எண்களால் ஆன பணமதிப்பு ஒன்றாகவே இருக்கிறது. ஒவ்வொரு நோட்டுக்கட்டையும் உள்ளே வைக்கும்போது அதை முகர்ந்துபார்த்து, 'ஹா... ஹா...' என்றாள். புதுநோட்டு வாசம் அவளுக்குப் பிடித்திருந்தது.

அப்பாவும் அம்மாவும் விடுபட்டுப்போன உறவினர்களின் பெயர்களை யோசித்து, அதைக் குறித்துவைத்து, எப்போது...

எப்படிப் போய் அவர்களை அழைப்பது என்ற வழிகளைத் திட்டமிடத் தொடங்கினார்கள். இன்னும் நிறையபேருக்குச் சொல்லவேண்டியிருந்தது. முகூர்த்த நாளான நவம்பர் 27க்கு சரியாக இன்னும் பத்தொன்பது நாட்கள் இருந்தன.

தொடர்ந்து ஏழெட்டு மணிநேரத்துக்கும் மேலாக, ஒரே இடத்தில் உட்கார்ந்து வேலை செய்ததில் ஆயாசமாக இருந்தது, மதுக்குமாருக்கு. கண்களை மூடி, உடம்பைக் குறுக்கி விரித்து, கைகளை மேலே தூக்கி சோம்பல் முறித்தான். 'ச்சசேய்...' என்று தலையை உலுக்கி, தானாகவே கழுத்தை வெட்டிக்கொண்டான். 'சடக்'கென்று சப்தம் கேட்டது. கண்கள் தூரேகிடந்த செல்போனில் பதிய, அதை தன்னருகே இழுத்தான். திரைப்பூட்டை விலக்கியதும் தமிழரசியின் மிஸ்டுகால்கள் பட்டியல் கண்சிமிட்டியது. "ஹா...!" என்று அதிர்ந்தான். அவசரமாய் அவள் எண்களை அழுத்தினான். நிச்சயதார்த்தம் முடிந்தபின்னால், அவர்கள் இருவரும் போனில் பேசிக்கொள்கிறார்கள் என்பதை பெற்றவர்கள் அறிந்தேயிருந்தார்கள்.

ரூபாய்நோட்டுக்கட்டுகளை அடுக்கிமுடித்தவள், செல்போனை எடுத்தாள். 'தொரைக்கு நேரம்கிடைச்சுருக்குப்போல!' காதருகில் வைத்துக்கொண்டாள். ஆனால் எதுவும் பேசவில்லை. எதிர்முனையில், "ஹலோ... ஹலோ...!" அலறல் ஒலித்துக்கொண்டேயிருந்தது. ஏழெட்டுக் கதறலுக்குப் பின்னால், "என்னா?.." என்றாள்.

"ஒரு முக்கியமான வேலை... அதான் எடுக்கல!"

"கல்யாணத்துக்கு முன்னாடியே நீ இப்டியிருக்க! பின்னாடி நீ எப்டி என்னோட குடும்பம் நடத்துவ? நான் மட்டும் தனியேவா இருந்துக்கணும்!"

"சாரிப்பா!"

ஆனாலும் அவள் அதன்பின்பும் எதுவும் பேசவில்லை. நேரம் ஏழரையைத் தொட்டிருந்தது. அவன் அனர்த்திக் கொண்டேயிருந் தான். "ஒரு கவிதை சொல்லட்டுமா?"

அவளிடமிருந்து பதில் கிடைக்கவில்லை. ஆனாலும் கவிதையின் முதல்வரியை அவன் சொன்னான். "இந்த இரவை நான் தொடங்குகிறேன்."

அவளுக்கும் கவிதைப் பிடிக்கும். எந்தநேரத்திலும் சூழலிலும் அவளால் கவிதை செய்ய முடியும். அப்போது அவள் இளகிவிடுவாள். அதை அவனிடம் பேச்சுக்கிடையில் சொல்லியிருந்தாள். அவன் அபூர்வமாக சிலவரிகளை மட்டும் சொல்வான். அது கவிதையின் உச்சமாக இருக்கும். அந்த வரிகள் அவளுக்குப் பிடிக்கும். அதற்கு என்ன பதில் சொல்வதென்று அவளும் யோசிப்பாள். 'இந்த இரவை நான் தொடங்குகிறேன்' என்று அவன் சொன்ன வரிகளுக்கு பதில்சொல்ல, வார்த்தைகள் வாய்வரை வந்துவிட்டிருந்தன. தனது அழைப்பை எடுக்காத கோபத்திலிருந்த அவள், வார்த்தைகளில் மறுகினாள். தவிப்புடன், "விடியலை நீ முடித்துவை!" என்றாள்.

"நாம் பேசிக்கொண்டிருந்த பகல் முடிந்துவிட்டதா?"

"இன்னும் இல்லை. இன்றிரவுக்கு இசைக்குறிப்பு எழுதிக் கொண்டிருக்கிறது!"

"நம்மை வேடிக்கைப் பார்த்துக்கொண்டிருந்த மழை தூங்கிவிட்டதோ!"

"ஆம்... உன் புன்னகைதான் அதைத் தாலாட்டியிருக்கிறது!"

"மழையுடன் நீயும் தூங்கிவிடாதே. உன்னை எழுப்பியெல்லாம் என்னால் பேசிக் கொண்டிருக்க முடியாது!"

"அணைத்துக்கொண்டே பேசு. நனைந்துகொண்டே விழித்திருக்கிறேன்!"

"கதையாடலில் ஒரு முத்தம் வருகிறது. உன் சம்மதம் எப்படி?"

"'சட்'டென்று முடித்துவிடாதே. இவ்விரவின் கனவை கொஞ்சம் நீட்டி..."

"நீயிருக்கும்போது இரவில் கனவு ஏது?"

"உன் நினைவுலகின் நீட்சியில் நான் தூங்கும்போது இனி உறக்கமேது... உன்மத்தம் விழித்த பின்பு...!"

அடுத்து என்ன சொல்வதென்று அவன் யோசித்தபோது, இன்னொரு அழைப்பு வந்தது. டால்பின் நோஸ் கொரகோடைல் ட்டீத் நிறுவனத்தின் நிறுவனத் தலைவர் நீரவ் கோவ்லாவின் ரகசியப் பெயர் மின்னியது. ஏதோ அவசர அழைப்பு என்பதை அவன் உணர்ந்துகொண்டான். "அழகு... தமிழு... முக்கியமான

ஒருபோன் வருது. அத அட்டென் பண்ணிட்டு லைனுக்கு வர்றேனே!"

அவளது பதிலை எதிர்பார்க்காமல், தொடர்பைத் துண்டித்து, புதிய அழைப்புக்கு 'ஹலோ' சொன்னான்.

"மது... இப்ப நீ ரெடி பண்ணிக்கிட்டுருக்குற ரிப்போர்ட்ட அப்டியே நிறுத்திரு. அது தேவைப்படாது. டைம் வர்றப்ப பாத்துக்கலாம்!" எதிர்முனையில் பரபரப்பு இருந்தது.

அதற்காகப் பெரும் உழைப்பைத் தொலைத்திருந்த அவன், "சார்....!" என்றான்.

"யெஸ்மேன். பிஎம் டிவில பப்ளிக் ஸ்பீச் தர்றாரு பாரு. இந்த நெலமைல பிராஜக்ட்போட்டு நாக்கை வழிக்கக்கூட முடியாது!"

2

வீட்டிலிருந்து நூறடி தூரத்தில் நரிமேடு பஸ் ஸ்டாப். அதையொட்டிய பரபரப்பு நிறைந்த சோணையா கோவில் சந்துமுக்கில் பொன்னுச்சாமி வீடு. வீட்டின் இரண்டுபக்கத் திண்ணைகளையும் அடைத்துக் கடைகளாக்கி வாடகைக்கு விட்டிருந்தார். கெட்டியான ஆள் அவர். அவரது பிசிநாறித்தனம்தான் அவரைப் பணக்காரராக ஆக்கியது என்பார்கள். கைக்காசு கருணைக்கிழங்கு. பருக்கைகளை நக்கிவிட்டுத்தான் காக்கை விரட்டுவார். எண்ணெய்க்கடையும் பருப்புக்கடையும் வைத்து நிறைய சம்பாதித்தார். கொள்முதல் எல்லாமே கைமேல் காசுகொடுத்துதான் வாங்குவார். 'கைல ரொக்கம் வாங்கிக்க... இவ்வளவுதான் இதுக்கு விலை. தர்றியா!' என்பது அவரது தொழில் யுக்தி. எவன் பொருளுக்கோ இவர் விலை வைப்பார்.

ரொக்கம் பார்த்தபின்பு ஆள், கொஞ்சம் யோசிப்பான். அப்புறம், 'எதற்கு தூக்கிச் சுமக்க வேண்டும்?' என்று சடவுகொள்வான். "பார்த்துப் போட்டுக்குடுங்க" குரல் கம்முவான். பொன்னுச்சாமி மசங்க மாட்டார். பேச வேறு

வார்த்தைகளில்லாமல், லாபம் குறைந்தாலும் பரவாயில்லை என்று பொருளைத் தள்ளிவிட்டுவிட்டு, கையில் காசு வாங்கிக்கொண்டு போய்விடுவான்.

அவர்வீட்டுக்குள் ஒரு இரும்புப் பெட்டி இருந்தது. ஒருஆளை மடக்கி உள்ளே திணித்து வைத்துவிடலாம். அத்தனைப் பெரியது. சம்பாதித்தக் காசையெல்லாம் அதற்குள் வைத்துப் பூட்டியிருக்கிறார் என்றபேச்சு ரொம்ப காலமாக இருந்தது.

'பெட்டிக்குள் என்ன இருக்கிறது?' என்று ஆராய்வதில் அவரது மூன்றாம் தலைமுறைப் பேரன்களுக்கும் பேத்திகளுக்கும் ஆவல் இருந்தது. இதுவரையில் அதற்குள்ளிருக்கும் ரகசியத்தை அவர் யாருக்கும் சொல்லவில்லை. பூதம்காப்பதுபோல அதைக் காத்துவந்தார். அதற்கான சாவி தன்னிடம் இல்லை என்றுமட்டும் அடிக்கடி சொல்வார். அப்போது பேரன் பேத்திகள் அவரை நக்கலாகப் பார்ப்பார்கள். அவர் பொய்சொல்வதாக எல்லாரும் நம்பினார்கள். மகன்கள், மகள்கள், பேரன் பேத்திகள் என்று வீடு நிறைந்திருக்கும்போது, சந்தோஷத்தினிடையே ஒருகேள்வியாக, "உண்மையச் சொல்லணும். பெட்டில என்ன தாத்து இருக்கு?" என்பதும் ஆகிப்போயிருந்தது.

"அதுக்குள்ள என்ன இருக்குன்னு எனக்கென்னங்கடா தெரியும்?" என்று அவர் சொல்லும்போது மூன்றாவது மகன்வழி நான்காவது பேரன், "தாத்து... ஐஜா பைஜா வேலையெல்லாம் காட்றியே!" என்று அவர் முன்னால் ஆடிக்காட்டுவான்.

ஒருநாள் திண்டுக்கல்லிலிருந்து ஒருஆள் வந்து, என்னவெல்லாமோ மாயாஜாலம் காட்டி, எல்லாரது எதிர்பார்ப்புக்கும் உள்ளாகியிருந்த அந்த இரும்புப்பெட்டியின் பூட்டைத் திறக்க முயற்சிசெய்தான். திறக்க அது வேலை வாங்கியது. சைனா சாவிகளெல்லாம் அதனிடம் செல்லுபடியாகவில்லை.

ஒருவழியாக பூட்டை, தனது தொழில் திறமையால் திறந்துவிட்ட அந்த ஆள், வீட்டிலுள்ளவர்களைப் பார்த்துக் கும்பிட்டுப் பின்வாங்கி, பேசிய கூலியுடன் கிளம்பிவிட்டான். பித்தளையாலான பூட்டு அது. காலக்கணக்கு தெரியாதபோதிலும் பளபளப்பாக இருந்தது. பெட்டியின் உள்பக்கம் புதிய முத்தின் நிறமாக மங்கியிருந்தது.

உள்ளே மன்னர் ஐந்தாம் ஜார்ஜ் தலை படம்போட்ட பிரிட்டிஷ் காலத்து பத்திரங்கள் ஏழெட்டும் கைநிறைய செம்பு

நாணயங்களும் மட்டுமே இருந்தன.

கண்கள் விரிந்து, வாய்ப்பிளக்க சுற்றி நின்றிருந்த எல்லோருக்கும் 'ப்பூ'வென்று யானைவிட்டக் குசுபோல ஆகிப்போனது. அவர்கள் தங்கமும் வைரமும் எதிர்பார்த்திருந்தார்கள்.

பொன்னுச்சாமியின் அப்பா தங்கச்சாமி, தொழிலுக்குப்போன இடத்திலிருந்து புதையல் எடுத்துவந்ததாக ஒரு வரலாற்றுக் கதையுண்டு. புதையலை அவர் பல இடங்களில் பிரித்துவைத்ததாகவும் ஒரு கதையுண்டு. அதன்படி மகன் பொன்னுச்சாமிக்கு ஒரு பங்கு வந்திருக்கும் என நம்ப இடமிருந்தது. பொன்னுச்சாமியுடன் பேசுபவர்கள் கடைசியில், 'ஒனக்கென்னப்பா… போதும்போதாததுக்கு இரும்புப் பெட்டியிருக்கு!' என்றுதான் முடிப்பார்கள்.

எதிர்பார்ப்புப் பொய்த்துப்போனதும் ஒருவரைப் பார்த்து ஒருவர் சோகமாகச் சிரித்துக்கொண்டார்கள். கூச்சமாய் உணர்ந்தார்கள். அங்கிருந்து நழுவவேண்டும்போல அத்தனைபேருக்குள்ளும் அவஸ்தை ஓடியது. "நான் ஒன்னு எடுத்துக்கிர்றேன்… நானும் ஒன்னு எடுத்துக்கிர்றேன்…" என்று செம்பு நாணயங்களை ஆளுக்கு ஒன்றாய், 'பழம் பொருளாக' எடுத்துக்கொண்டு கிளம்பினார்கள்.

உள்ளுக்குள் ஏதோ பெரிதினும் பெரிதாக இருக்கும் என்று மற்றவர்களைப்போல பொன்னுச்சாமியும் நம்பிக்கொண்டுதான் இருந்தார். இரும்புப்பெட்டியை உடைத்த இரண்டாவது மாதம் அவர் இறந்துவிட்டார். ஆறுமாதத்துக்குமுன்பு, சாகும்வரை அவரும் வீட்டுவாசலில் கூடும்கூட்டத்தில் ஒரு அங்கமாக இருந்தார்.

அவர் இறந்தபின்னும் வாசல்படிக்கட்டில் சாயங்காலமானால், மீதிக்கூட்டம் கூடுகிறது. இரவு ஒன்பதுமணிவரையில் ஆள்மாறி மாறி வந்துபோய்க்கொண்டிருப்பார்கள்.

ஓய்வுபெற்ற காவல்துறை ஆய்வாளர் சக்ரவர்த்தி சாயங்காலத்திலிருந்து இரவு ஒன்பது பத்துமணிவரை அங்கே இருப்பார். துறையில் காவலராகப் பணியில்சேர்ந்து, படிப்படியாக உயர்வுபெற்று ஆய்வாளராகப் பணி ஓய்வுபெற்றவர். அந்தப்பகுதியில் அத்தனைபேருக்கும் அவர் அறிமுகமாகியிருந்தார். ஆய்வாளராக ஓய்வுபெற்றிருந்தாலும் எல்லாருக்கும் அவர் ஏட்டையாதான். அவரும் அப்படி அழைப்பதைத்தான் விரும்புவார். "இன்ஸ்பெக்டர்னா… ஹெல்த் இன்ஸ்பெக்டரா… ஈ.பி. லைன் இன்ஸ்பெக்டரானு கேப்பாய்ங்க. ஏட்டையானு சொல்லு. அது போலீஸ் ஏட்டையா

மட்டும்தான்!" என்பார்.

ரோட்டில் போகின்றவர்களை பெயர்ச் சொல்லிக் கூப்பிட்டுப் பேசுவார். அவர்கள் போனபின்னால், அவர்களைப் பற்றிய 'மூன்று தலைமுறைக்கு முந்தைய கதை'கள்வரை அங்கே சுவாரஸ்யமாக அரங்கேறும். அதைத்தொடர்ந்து பல்வேறு கதைகள் புதிதுபுதிதாகக் கிளைக்கும்.

எட்டுமணிக்குமேல் சாலையில் பரபரப்பு கொஞ்சம் கொஞ்சமாய் வற்ற ஆரம்பிக்கும். ஒன்பதுமணிக்கு அந்தப்பகுதியே 'ஷாம்ஷூம்' ஆகிவிடும். கூட்டம் கலைந்து எல்லாரும் கிளம்பிவிடுவார்கள்.

பொன்னுச்சாமி வீட்டையடுத்து செல்போன் கடையொன்று இருந்தது. வலதுபுறம் நாலைந்து கடைகளைத் தாண்டி, கேக் கடையொன்றும் இருந்தது.

சக்ரவர்த்தியும் வேணுகோபாலும் வழக்கம்போல, கல் படிக்கட்டில் உட்கார்ந்திருந்தார்கள். வழக்கத்தைக் காட்டிலும் ரோட்டில் பரபரப்பு அதிகமாக இருப்பதை உணர முடிந்தது. இரண்டுசக்கர வாகனங்கள் குறுக்கும்நெடுக்குமாய் போய் வந்து கொண்டிருந்தன. இந்தநேரத்துக்கு இது அதிகமானப் போக்குவரத்து. செல்போன் கடையிலும் கேக் கடையிலும்கூட வழக்கத்துக்கு மாறாக, கூட்டம் அதிகமாகத் தெரிந்தது.

செல்போன் கடை முதலாளி சிவக்குமார் இன்னும் வந்திருக்கவில்லை. சர்வீஸுக்கு வரும் செல்போன்களை அவர் வீட்டில்வைத்து ரிப்பேர் சரிசெய்து கொண்டு வருவார். வேலை அதிகமாக இருந்தால், வருவதற்குத் தாமதமாகும். கடையில் பணியாளர்கள் இருந்தார்கள்.

கடைக்கு வந்த புதிய வாடிக்கையாளர்கள், பரபரப்பாக இருந்தார்கள். ஏதோ ரகசியம் காப்பவர்கள்போலவும் நடந்துகொண்டார்கள். நிற்பதற்கு நேரமில்லாதவர்களாக, "சீக்கிரம்" என்ற வார்த்தையைப் புழங்கினார்கள். கடையிலிருந்த மற்ற வாடிக்கையாளர்களை அவர்கள் ஏறெடுத்துக்கூட பார்க்கவில்லை. விற்பனையே ஆகாத செல்போன்களைக்கூட, 'அத எடுங்க... இதக்குடுங்க...!' என்று ஐநூறு, ஆயிரம் ரூபாய்த்தாள்களைக் கொடுத்து வாங்கிக்கொண்டு ஓடினார்கள். சிம்கார்டு வாங்குவதற்கே நூறு கேள்விகளையும் ஓராயிரம் நொட்டைகளையும் சொல்பவர்களுக்கு இப்போது மாடல், கான்பிகரேஷன், எதுவுமே பொருட்டாக இருக்கவில்லை.

அட்டைப்பெட்டிக்குள் செங்கல் இருந்தாலும் வாங்கிக்கொண்டு போவதற்குத் தயாராக இருப்பவர்களாகத் தெரிந்தார்கள். ஒருமணிநேரத்தில் பதினைந்துக்கும் அதிகமான செல்போன்கள் விற்றிருந்தன.

"நம்மாளுகளுக்கு இன்னிக்கு என்னமோ ஆயிருச்சுப்போலடா. நகராம இருந்த அட்டு போன்க எல்லாமே சைத்தான் மாதிரி தானா நகருது. தெனமும் இப்டி வித்துச்சுன்னா எப்டியிருக்கும்?" இரண்டு பணியாளர்களும் தங்களுக்குள் பேசிக்கொண்டார்கள்.

"எச்சூஸ் மீ. எப்டி வித்தாலும் ஓனர் ஏழாந்தேதிதான்டா சம்பளம் தருவாரு. நேத்து ஏழாந்தேதி சம்பளம் வாங்கிட்டடல்ல. இனி அடுத்த மாசம் ஏழாந்தேதிதான். வேலயப் பாருடா வெல்லெஸ்லி!"

கேக் கடைக்கு வந்த வாடிக்கையாளர்கள் ஐம்பது, நூறுக்கு பண்டங்களை வாங்கிக்கொண்டு ஐநூறு, ஆயிரமாகக் கொடுத்து, சில்லரை வாங்கிக்கொண்டு போனார்கள். ஐம்பதுரூபாய்க்கு பப்ஸ் வாங்கிய ஒருவன், அதை வீட்டுக்குக் கொண்டுபோகாமல், சாப்பிட்ட பின், காகிதத் தட்டுகளைப்போட வைக்கப்பட்டிருந்த பிளாஸ்டிக் குப்பைத் தொட்டியில் போட்டுவிட்டு, மீதச்சில்லரை தொள்ளாயிரத்து ஐம்பதை ஒன்றுக்கு இரண்டுமுறை எண்ணிக்கொண்டே போனான்.

"என்னாது... தீவாளிக்கு மொத நா நைட்மாதிரி ரோடு ஜெகஜோதியாருக்கு!" வேணுகோபால் செல்போன் கடையிலிருந்தக் கூட்டத்தைப் பார்த்துவிட்டுக் கேட்டார்.

"யேசுநாதர் பெறந்த மாதிரி ஏதும் அற்புதம் நடந்துருக்கும்!" ரேஷன் கடையில் வேலைசெய்யும் குன்னிமுத்து கிண்டலாகச் சொன்னார். எதிர்பாராத நேரத்தில் அவரிடமிருந்து வார்த்தைத் தாக்குதல் நடந்துவிடும். "வானத்துல ஏதும் வால்நட்சத்திரம் தெரியுதா பாருங்க!" சொல்லிவிட்டு வால்நட்சத்திரத்தை அவர் வானத்தில் தேடினார்.

குசும்புக்கார ஆள் அவர். அவரது செய்கையைப் பார்த்து சக்ரவர்த்தியும் வேணு கோபாலும் சிரித்தார்கள். அப்படியே பேச்சு தடம் மாறியது. "அது கெடக்கட்டும். சாயங்காலம் எங்கேயோ வெளில போகணும்னு சொன்ன! போயிட்டு வந்துட்டியா?"

"ஆமா... எங்கூட ஸ்கூல்படிச்ச பண்ணை ராஜசேகர்ட்ட பொண்ணு கல்யாணத்துக்கு பணம் கைமாத்து கேட்டுருந்தேன். தர்றேன்னு சொல்லிருந்தான். இன்னைக்கு அவனுக்குப் பணம் வந்துச்சாம். காலைலயே கூப்டு, வந்து வாங்கிக்கச் சொன்னான். நான்தான் சாயங்காலமா போய் வாங்கிட்டு வந்தேன். கைல ரொக்கம் இருந்தாதான் மனசுல தைரியம் வருது. பொண்ணு ஆசைப்பட்ட மாதிரி கல்யாணத்தை காஸ்ட்லியாவே செஞ் சுறலாம்!"

"ஒருபொண்ணுதானே!... அப்பறம் என்னா அல்லதொல்ல இருக்குது. வீச்சு பெருசாவே இருக்கட்டும்!"

அப்போது ஒருஇளைஞன் அவர்கள் உட்கார்ந்திருந்த இடத்துக்கு நேர்கீழே தனது இரண்டுசக்கர வாகனத்தை நிறுத்திவிட்டு, செல்போன் கடையை நோக்கிப் போனான். "சாம்சங் எஸ் 7 இருக்கா? இல்லாட்டி... சோனி எக்ஸ்பீரியா?"

சக்ரவர்த்திக்கு அவனைத் தெரியும். "டேய்... கூமுட்டை பாய் மகனே. என்னடா பரபரப்பா இருக்க?" என்றுகேட்டார்.

"மாமா... இந்தா ரெண்டுநிமிஷத்துல வர்றேன் மாமா!" என்று விட்டுப் போனவன், கையில் புதிய செல்போனுடன் திரும்பினான். "சொல்லுங்க மாமா!"

"ஓட்டமா ஓடுறியே.... அதான் ஏன்னு கேட்டேன்!"

"என்ன மாமா... ஒங்களுக்கு சங்கதி தெரியாதா? ஐநூறு, ஆயிரம் ரூவாநோட்டு இன்னிக்கு நைட்லருந்து செல்லாதாம். மோடி டிவில பேசுனாரு. அதான் விஷயம் தெரிஞ்சவங்க கைல இருக்குறத உடனே பொருளாக்குறாய்ங்க!"

அதைக்கேட்டதும் வேணுகோபாலுக்கு 'திக்'கென்றது. "என்னய்யா சொல்ற நீ?" சாயங்காலம் நண்பனிடமிருந்து வாங்கிவந்து வீட்டில் வைத்திருந்த ஐந்துலட்ச ரூபாய்க்கான ஐநூறு, ஆயிரம் ரூபாய்த் தாள்கள் அவர் கண்முன்னால் படபடத்தன.

"விஷயம்தெரிஞ்சு செல்லாத நோட்டக் குடுத்து செல்லு வாங்கிட்டியானு கடைக்காரன் திருப்பிப் புடுங்கிறப் போறான். நாங் கௌம்பறேன். போங்க... வீட்டுக்குப் போய் டிவி பாருங்க!" அவன் வண்டியை எடுத்துக்கொண்டு ஓடியே விட்டான்.

எதுவோ ஒன்று வேணுகோபாலை வீட்டுக்கு நடத்திக் கொண்டுபோனது. காற்றில் மிதப்பவராக இருந்தார். நினைத்த நொடியில் வீட்டுக்குப்போய்விடும் நுட்பம் இருக்கவேண்டும் என்று இப்போது எண்ணினார். மனதுக்கும் செயலுக்கும் இடைவெளியிருந்தது. கால்கள் அதன் திசையிலும் எண்ணங்கள் பலதிசைகளிலும் நடந்தன. வழியிலிருக்கும் வீடுகளில் பரபரப்பு ஏதுமில்லை. வழக்கமாக, அவர்கள் பார்க்கும் அந்தநேரத்து சீரியல்கள் வெவ்வேறு சானல்களில் ஓடிக்கொண்டிருந்தன. அதன்சத்தம் தெருவை அலசியது.

வீட்டுக்குள் நுழைந்தவர் வாசலுக்கு முன்பிருந்தே, "தமிழரசி... டிவில ஏதாச்சும் நியூஸ் சானல் மாத்தும்மா!" என்றார்.

"ஏதும் முக்கியமான நியூஸாப்பா?"

"முக்கியம் இல்லைம்மா... தலைல இடிவிழுந்த நியூஸ்ம்மா!"

"அப்பா...!"

அவள் மாற்றிய சானலில் பாரதப் பிரதமர் நரேந்திர தாமோதர் மோடி, இந்திய தேசிய சின்னம் பொறித்த போடியத்தின் பின்னிருந்து ஆங்கிலத்தில் உரையாற்றுவதும் அதுகுறித்த விவரத்தை நாட்டின் பொருளாதார விவகாரத்துறைச் செயலாளர் விளக்கிக் கூறுவதுமானக் காட்சிகள் ஓடிக்கொண்டிருந்தன.

"என்னப்பா... இப்டி சொல்றாங்க?"

"அதாம்மா... எனக்கும் புரியல! ராத்திரி பன்னன்டு மணிக்கு அப்பறம் செல்லாதுன்னா கைக்கு வந்த காசவெச்சு நாம என்னம்மா பண்றது?"

அம்மாவும் ஓடோடி வந்தார். "என்னா சொல்றீங்க?"

"நான் எங்கே என்னாத்தையும் சொன்னேன். அந்த 'மகராசன்'ல்ல ஏதோ சொல்லி ஈரக்கொலைய அத்துட்டுருக்கான்!"

பெண்மனத்தின் கணக்குகளே அலாதிதான். அதிலும் பொருளாதாரக் கணக்குகளில் ஓரடி முன்னாலேயே இருப்பார்கள். "அய்யோ... வாங்குனக் காசு செல்லாதா? அப்போ கடனுக்குக் கடனும் நிக்கும். அது செல்லாதக் காசாயில்ல நிக்குது? ரெண்டு பக்கச் சுமையா!" தொடங்கியக் காரியத்துக்கு தீர்வுவரை

சொல்லிப் புலம்பிவிட்டு அம்மா உட்கார்ந்துவிட்டார். அவருக்குப் படபடப்பாக இருந்தது.

“அம்மா... பொலம்பாம கொஞ்சம் அமைதியா இருங்க. அப்பா நீங்களும் பதற்றப்படாதீங்க. அடுத்து என்னா சொல்றாங்கனு பாப்பம். அழுதுபொலம்பி கூப்பாடுபோடுறதுனால எதுவும் நடக்காது.”

“என்னாடி பண்றச் சொல்ற!”

“இருங்கம்மா!” தமிழரசி அடுத்தடுத்த சானல்களை மாற்றினாள். ஏறத்தாழ எல்லா சானல்களிலுமே பாரதப் பிரதமர் நரேந்திர தாமோதர் மோடி, இந்திய தேசிய சின்னம் பொறித்த போடியத்தின் பின்னிருந்து ஆங்கிலத்தில் உரையாற்றுவதும் அது குறித்த விவரத்தை நாட்டின் பொருளாதார விவகாரத்துறைச் செயலாளர் விளக்கிக் கூறுவதுமானக் காட்சிகள்தான் ஓடிக்கொண்டிருந்தன.

“பொறுமையா பேசுவோம். இன்னிக்கு ராத்திரிலருந்து ஐநூறு, ஆயிரம் ரூவா நோட்டு செல்லாது. நாளைக்கு எல்லா பேங்குக்கும் லீவு. அதுமாதிரி ரெண்டுநாளைக்கு எல்லா ஏடிஎம்மும் செயல்படாது. அதுக்குப்பின்னாடி கைலருக்குற ஐநூறு, ஆயிரம் ரூவாநோட்டை பேங்க்ல டெபாசிட் பண்ணிக்கலாமாம். அப்பறம் ஒருநாளைக்கு.....”

வேணுகோபாலின் செல்போன், ‘சின்னக்கண்ணன் அழைக்கிறான்.’ என்றது.

“அப்பா... உங்களுக்கு கால் வருது!”

புது எண்ணாக இருந்தது. வாங்கி, “ஹலோ...” என்றார்.

“நான் கல்யாண மண்டபத்து மேனேஜர் பேசுறேன். 27ஆம்தேதிக்கு மண்டபத்தை புக் பண்ணீருக்கீங்கள்ல. அட்வான்ஸ் இருபதாயிரம் குடுத்துருக்கீங்க. மீதி மண்டப வாடகை ஐம்பதாயிரமும் மத்த செலவுக்கானக் காச செல்லுற மாதிரி நூறுரூவா தாளா கொண்டாந்துருங்க. செக், டிடி, ஐநூறு, ஆயிரம்ரூவா நோட்டெல்லாம் வாங்க மாட்டோம்!”

துண்டிக்கப்பட்ட போனையே அவர் பார்த்துக் கொண்டிருந்தார். ‘இந்த உலகம் எத்தனை வேகமாச் செயல்படுகிறது. அறிவிப்பு வந்த மறுநொடியிலேயே ஆளாளுக்குப் பறக்கிறார்களே!’

"என்னாப்பா... போன்ல யாருப்பா!"

அதையே அம்மா 'ங்க' மரியாதையுடன் கேட்டார்.

"கல்யாண மண்டபத்து மேனேஜர்... பணம் செல்ற தாளா இருக்கணுமாம். செக் டிடியெல்லாம் வேணாமாம்!"

"அப்பா... அம்மா... அமைதியா இருங்க. கல்யாணத்துக்கு இன்னும் இடையில பத்தொம்பது நாள் இருக்கு!"

அவர்களால் அமைதியாக இருக்க முடியவில்லை. காரியம் கைக்கூடி வரும் நேரத்தில் எங்கிருந்தோ ஏவப்பட்ட துர் அஸ்திரம் ஒன்று, தங்கள் மார்பில் பாய்ந்து விட்டதாய் இரண்டுபேருமே உணர்ந்தார்கள். முன்ஜென்ம வினைகள் பணமதிப்பை இழப்பு செய்யும் அரசாங்கக் கட்டுப்பாட்டின் வழியே, தங்களை வந்தடைந்திருப்பதாக அப்பா சொல்லிப் புலம்பினார். அவருக்கு முன்ஜென்ம வினைகளில் நம்பிக்கையுண்டு. அவர் சொன்னதை அம்மா பிடித்துக்கொண்டார். அடிவயிற்றில் தீ பிடித்துவிட்டதாய் ஓர் தகிப்பு இருவருக்கும் இருந்தது.

கொஞ்சநேரத்துக்கு முன்புவரை வீட்டுக்குள்ளிருந்த ஓர் ஒளி மங்கி, கனத்த போர்வையாய் இருள்போர்த்துவதை அறியமுடிந்தது. ஏதோவொன்று வீட்டின் தலைவாசல் வழியாகக் கிளம்பிப்போவதையும் கண்ணுற முடிந்தது. சற்றுநேரத்துக்கு முன், பீரோவின் உள்பெட்டியில் அடுக்கிய ஐநூறு, ஆயிரம்ரூபாய் நோட்டுக் கட்டுகள் கருகி, அங்கிருந்து கிளம்பியபுகை அவர்களைச் சூழ்ந்தது போல இரண்டுபேரின் சோகம் ததும்பிய வார்த்தைகள் மேலும் மேலும் அடர்த்தியாக்கின.

"மொதல்ல ரெண்டுபேரும் சாப்ட்டுட்டுத் தூங்குங்க. விடிஞ்சதும் பாத்துக்கலாம்!" தமிழரசி அவர்களை விரட்டினாள். மகளின் வார்த்தைகள் எப்போதும் அவர்களிடம் எடுபடும். இப்போது கொஞ்சமாய் எடுபட்டன.

சாமானியர்களுக்கு எதிராகத் திரளும் வலுகுறித்து, அவர்கள் அறிந்திருக்கவில்லை. பரந்துவிரிந்த உலகத்தில் எதுவுமே நிச்சயமில்லை என்பது அவர்களைப் பொறுத்தவரை வெறுமனே வாய் வார்த்தைகள்தான். அனுபவமாக எதுவும் இருக்கவில்லை.

"எது நடந்தாலும் அத தட்டிவிட்டு மீள்றத விட்டுட்டு..." அம்மாவுக்கும் அப்பாவுக்கும் இரவு உணவை எடுத்துவைத்தாள்.

படுக்கையைத் தட்டிப்போட்டாள்.

பின்பு தனது அறைக்குப் போனவள், மதுக்குமாரிடமிருந்து அழைப்பு எதுவும் வந்திருக்கிறதா என்று செல்போனை நோண்டி ஆராய்ந்தாள். மிஸ்டுகால் எதுவும் இருக்கவில்லை. 'நாய் பேசுச்சுனா.. ஒரு கவிதை சொல்லலாம்னு இருந்தேன். அது ரொம்பத்தான் லொல்லு பண்ணுது. என்னோட அது எப்டித்தான் குடும்பம் நடத்தப் போகுதோ! சரி... நாம கவிதை எழுதித் தொலைப்பம்...'

காதலின் அத்தனைமொழிகளையும்
பயிற்றுவித்திருக்கிறாய் எனக்கு.
உன் தீண்டலின் ருசியை
என் மெய்க்கு பழக்கிவிட்டிருக்கிறாய்.
ஒரு வீடுபோல என் உயிர் திறந்தும்
என் மெய் பூட்டியும்
அதன் சாவியை
உன்னிடம் பத்திரப்படுத்திக் கொள்கிறாய்.
என்றேனும் என் பெயர்ச்சொல்லி
அன்றோர் பொழுதுமட்டும்
என் ஆயுளை
ஜென்மம் ஏழுக்கு
நீட்டிக்கச் செய்வாய்.

என்னோடான உன் திருவிளையாடலில்
உனக்குதான் எத்தனை அவதாரங்கள்?
உன் களவாடலில் கட்டவிழும்
என் திமிருக்கான இலக்கணங்கள்
உன்னால் மொழிக்குத் தாரை வார்க்கப்படும்.
முத்தத்தில் தொடங்கி
முத்தத்தில் முடியும்
காலவரையற்ற காமத்தில்
நாம் வென்றும் அழித்ததுமாய்
எத்தனை சாம்ராஜ்ஜியங்கள்?
அழியா செருக்கில்
அடுத்தடுத்த ஆட்சிகள்.
வரையறுக்க முடியாத
நூற்றாண்டுகளை
காலம்
நமக்கு வரையறுத்து தந்தபடி.

முக்கூடலின் சங்கமங்களாய்
உன் அணைப்பில் ஊடுருவும்
இந்த உயிரை
உன் ரத்தநாளங்களில் சங்கமிக்கவிட்டு
உன் மார்போடு என்னையணைத்துத் தூங்கிய
ஒவ்வொரு பொழுதிலும்
வாழ்க்கை
எனக்கு ஒரு சொர்க்கத்தைப் பரிசளித்தது.
இதோ இந்திரனும்
என் சபை இருக்கும் திசையில்தான்
தன் வாசலை வாஸ்து என்று
மாற்றியபடி காத்திருக்கிறான்
தன்னையோர் ஏழை என்று
பறைசாற்றியபடி.

வா... இன்னும் கொஞ்சம் நேசம் சமை!

கண்கள் சொருகச் சொருக எழுதிய அந்தக் கவிதையை தமிழரசி திரும்ப வாசித்தாள். தூக்கம் அணைத்துக்கொண்டது.

தொலைக்காட்சியின் அத்தனை சானல்களிலும் அலைந்து ஓய்ந்து, நீரவ் கோவ்லாவிடம் மேற்கொண்டு விசாரிக்க மதுக்குமார் தொடர்கொண்டபோது, 'நீங்கள் தொடர்பு கொள்ளும் வாடிக்கை யாளர் எண் தொடர்பு எல்லைக்கு அப்பாலுள்ளது' என்று அழகியக் குரல் செப்பியது.

'ஷிட்...' செல்போனை மேஜை மீது விட்டெறிந்தான். தொடர் உழைப்பு பாதியில் நிறுத்தப்பட்டதை துயரமாக நினைத்தான். பாதாளமொன்றில் விழுந்துவிட்ட திகைப்பு அவனுக்குள் உருப் பெற்றது. உடனடியாக ஒரு மீட்சி வேண்டும். தமிழரசிக்கு போன் செய்ய நினைத்து, மணி பார்த்தான். பத்தாகியிருந்தது. இந்நேரத்தில் தொல்லை கொடுக்கக் கூடாது என்று மனதைத் திருப்பினான். நண்பன் சரவணன் சந்திரன் அச்சுக்குப் போவதற்குமுன், கருத்துக்கேட்டு அனுப்பிவைத்த புதுநாவலின் காலிப்ரூப் மேஜை மீது கிடந்தது. பாதிக்குமேல் முன்னமே படித்துவிட்டிருந்தான். அடையாளமாக வைத்திருந்த பென்சிலை எடுத்துவிட்டு, தொடர்ந்து மேலே படிக்க ஆரம்பித்தான்.

"அவனைப்பற்றி ஒரு சம்பவம் சொல்கிறேன். அவனது பெண் தோழியுடன் முதன் முறையாக ஒரு ரிசார்ட்டுக்குப் போயிருக்கிறான். கிட்டத்தட்ட ஆறுமாதக் காத்திருப்புக்குப் பிறகு, அந்த வாய்ப்பு அவனுக்கு அமைந்திருந்தது. முதல்கட்ட முயற்சிகள் முடிந்தபிறகு அந்தப்பெண் அவனது பேண்டைக் கழற்றச் சொல்லியிருக்கிறாள். கழற்றும்போது, அவன் ஜட்டிபோடாமல் இருப்பதை அவள் பார்த்து விட்டாள்.

'எப்போதுமே நீ ஜட்டி போட மாட்டியா?' என்று அந்தப்பெண் கேட்டிருக்கிறாள்.

அவன், 'ஆமாம்...' என்று சொல்லியிருக்கிறான்.

அந்தப்பெண்ணிற்கு அது பிடிக்கவில்லை. 'நீயெல்லாம் ஒரு ஆம்பிள்ளையா?' என்று முகத்தில் அடித்தாற்போல சொல்லிவிட்டு, இன்னொரு காரைப் பிடித்து வீடுவந்து சேர்ந்துவிட்டாளாம்.

'ஜட்டிபோடாததெல்லாம் ஒருகுறையா?' ஏனோ அந்தப்பெண்ணிற்கு அந்தப்பழக்கம் பிடிக்காமல் போய்விட்டது.

ஆனால் எங்கள் குழுவில் அந்தப்பழக்கம் சகஜம். இந்தக்குழுவில் எல்லோரும் கிட்டத்தட்ட ஜீன்ஸ் அணிகிறவர்கள்தான். ஏனோ நாங்கள் ஜட்டி அணிவதை விரும்புவதில்லை. யார் அந்த வழக்கத்தைத் துவக்கி வைத்தார்கள் என்று தெரியவில்லை. ஆனால் வாழையடி வாழையாக அதைத் தொடர்கிறோம்."

பென்சிலால் அந்த இடத்தைக் குறியிட்ட மதுக்குமார், 'ரிசார்ட்டுக்குப் போனபின்னாடி ஜட்டியாடா முக்கியம்?' என்று விழுந்துவிழுந்து சிரித்தான். சிரிப்பின் வழியே தூக்கம் சுழற்றியது. நவம்பர் 8, 2016 முடியும் நொடியில் அவன் கண்ணயர்ந்தான்.

3

மேகமூட்ட வானத்தின் சுரத்தின்மை எல்லா இடத்திலும் கனத்த போர்வையாய்ப் படர்ந்திருந்தது. அடிபட்டு, வாய்பேச முடியாத ஊமைப் பிராணிகளாக அத்தனைபேரும் ஊர்வதாகச் சித்திரமொன்று நீண்டுகொண்டேயிருந்தது. யாரிடமும் கோபம் இருக்கவில்லை. மாறாக ஆதங்கமும் கையாலாகாத்தனமும் கைவந்திருந்தது. கோழியை விரட்ட காது குலைகளை கழற்றிவீசிய குலவழியில் வந்தவர்கள், அறிவிக்கப்பட்ட செல்லாத நோட்டுகளை எடுத்துக்கொண்டு அலைந்தார்கள். எப்படியாவது மாற்றிவிட முனைந்தார்கள். செல்லாக் காசாக்கியவர்கள் மீது கோபமோ ஆத்திரமோ கொள்ளவில்லை. 'எல்லாருக்குமானது நமக்கு' என்று தன்நிலை மறந்துபோனார்கள். நாலுபேர் கூடுமிடங்களில் சம்பந்தமில்லாமல் நின்று, அவர்கள் காது கொடுத்தார்கள். மற்றவர்களின் முகம் பார்த்தார்கள். வழிதெரியாமல் தடுமாறுபவன் கண்ணில்பட்டவர்களிடமெல்லாம், 'எப்டிப் போறது?' என்று விசாரிப்பதுபோல சந்தேகம் கேட்டார்கள்.

நுனிப்புல் ஆயும் அறிவாளிகள் தங்களை சாக்ரடீஸாகவும் பிளாட்டோவாகவும் அரிஸ்டாட்டிலாகவும் நிலைப்படுத்திக்கொள்வதற்கு ஏதுவான சூழ்நிலை உருவாகியிருந்தது. 'சிக்குனான்டா... சின்னப்பதாஸ்' என்று, அவர்கள் உடனடி வழிகாட்டிகளாகவும், பேருரைஞர்களாகவும், நீதிபதிகளாகவும் மாறிப்போனார்கள். ஒரு அறிவிப்பு அவர்களுக்கு அந்த சலுகையை வழங்கியிருந்தது.

"பேப்பர்லதான் வெவரமா போட்டுருக்கான்ல்ல. நம்மள மாதிரி சாதாரண ஆளுகளுக்கு எந்தவொரு சங்கடமும் இருக்காது. பயப்பட வேண்டியதேயில்லை. அதெல்லாம் கறுப்புப்பணம் வெச்சுருக்கவங்களுக்குத்தான் ஆப்பு. நாமல்லாம் அடையாள அட்டையக் காட்டி பத்துலட்சம்வரைக்கும் பேங்க்ல போட்டுக்கலாம். அட்டையில்லாம ரெண்டரை லட்சம் போடலாம். யாரும் ஒண்ணும் கேக்க முடியாது. நம்மட்ட அவ்வளவா இருக்கு? நமக்கு ஒருவழி பண்ணிட்டுதான் கறுப்புப்பணம் வெச்சுருக்கவங்களுக்கு ஆப்பு வெச்சுருக்காரு, பிரதமரு. கையில இருக்குறத எடுத்துக்கிட்டு, நேரா நாம பேங்க்குக்குப்போய், நம்மபேர்ல கட்டிட்டு வந்துறலாம். செலவுக்கு நாளொன்னுக்கு நாலாயிரம் ரூவாய் தராங்கள்ல. அதவிடவா நமக்கு செலவு இருக்கப்போவுது. நம்மப்பணம் நமக்குத்தான். பேங்க்லருக்கிறது நமக்குப் பத்திரம்தானே!" ஆற்றுநீரில் குப்பையைக் கொட்டுவதுபோல வாய் வலிக்காமல் கொட்டியபடி இருந்தார்கள்.

இதையெல்லாம் பேச அவர்கள் எங்கிருந்து கற்றுக் கொண்டார்கள். எல்லோரும் ஒன்றுபோல பேசுவது ஆச்சரியமாகயிருந்தது.

"அதெல்லாம் நீங்க அறிவாளி மாதிரி நல்லாத்தான் பேசுறீங்க. ஆனா கஷ்டப்படப்போறது சாதாரண மக்கள்தானே? பேங்குக்குப் போகணும்னா சும்மாவா இருக்கு. நீங்கசொல்ற மாதிரி நேராப்போய், போனதும் போட்டுட்டு எல்லாம் வந்துற முடியாது. சும்மாவே பேங்க்காரய்ங்க ஏழை எளிசுகளப் பாத்தா எரிஞ்சு விழுவாய்ங்க. ஏதோ அவங்க வீட்டுப்பணத்தைக் கொள்ளையடிச்சுட்டுப்போக வந்தமாதிரி நடத்துவாய்ங்க. இத்தனைக்கும் ஏழை எளிசுகதான் பேங்குகளுக்கு வாடிக்கைக்காரய்ங்க. சன்னஞ்சன்னமா காச பத்துறப்படுத்துறதுக்கு போடுறவய்ங்க. பணக்காரய்ங்க கடன்வாங்க வர்றவிய்ங்கதானே. ஆனா கடன்வாங்க வர்ற வெள்ளையுஞ் சொள்ளையுமான பணக்காரய்ங்கள ....பி வரவேத்து, ஒக்காரவெச்சு இந்த பேங்க்காரய்ங்க கடன் தருவாய்ங்க. சொல்றவன் சூத்து

வலிக்காம சொல்லிட்டுப் போயிருவான். நக்குறவனுக்குத்தானே நாக்கு வலி தெரியும்!”

யதார்த்தத்தைப் புரிந்து அதற்கு மறுத்துப்பேசுபவர்களும் இருக்கவே செய்தார்கள்.

“என்னய்யா நீ என்னமோ பேசிக்கிட்டுருக்க! வலியில்லாம பெத்துக்க முடியுமா?”

“நீ எத்தனை வேணுன்னாலும் பெத்துக்க. ஆனா மக்களுக்கு நல்லது செய்றேனு எவனுக்கோல்ல வாய்க்கால வெட்டி விர்ற. நோனிக்கின்னா நானிக்கின்னு பதில்சொல்லக் கூடாது!”

“ஏய்யா... நாட்டு நன்மைக்காக இதக்கூட நீ செய்ய மாட்டியா? ஒனக்கு தேசபக்தியில்லையா? நீ இங்கன வரிசைல நிக்கிறதுக்கு இவ்வளவு வெசனப்படுறியே... அங்கே பாகிஸ்தான் எல்லைல நம்ம இந்திய வீரர்கள் பனியிலயும் குளிர்லயும் கால்கடுக்க நின்னு நம்மள பாதுகாக்குறதவிட வரிசைலநின்னு பணம்கட்டுறது ஒனக்கு வலிக்குது!”

சமாளிக்கத் திராணியில்லாதவர்களின் கடைசிப்புகலிடமாக தேசபக்தி ஆகியிருந்தது. கொஞ்சநாட்களாகவே அது எல்லோர் வாயிலும் வலம் வந்தது. தங்களின் பாதுகாப்பு ஆயுதமாக அதை பலர் படுத்தினார்கள். “நிறுத்துய்யா... ரொம்பதான் ஓட்டிட்டுப் போற! அங்கன நின்னு காவல்காத்தா மட்டும்போதுமாய்யா. சோத்துக்கு என்ன பண்ணுவே!” விரலை ஒருவாறு மடக்கி எதிராளியின் முன்னே ஆட்டிய அந்தஆள், “இங்கே வயக்காட்டுல நின்னு வேர்வை சிந்துறது எதுக்கும் குறைச்சலானதில்ல. எல்லைல நின்னு பாதுகாத்துட்டா உள்நாட்டுல எல்லாமே தானா கெடைச்சுருமா? பேசணும்னு எதுவும் பேசிக்கிட்டு இருக்காத!”

“நீ யாரு?- ஒம்பேரென்ன? ஒன்னியப் பாத்தா நீ துலுக்கனாட்டம் தெரியுதே. பாகிஸ்தான் ஒற்றனா நீ!”

“இங்கே பாரு.... பேச்சுக்கு மறுபேச்சு அறிவா... அரசியலா... அறிவியலா... விமர்சனமா இருக்கணும். அதவிட்டுட்டு, ‘நீ யாரு... அவனா நீ’ன்னே.. கொய்யால... நீங்கள்லாம் யாருடா... கைபர் போலன் கணவாய் வழியா மாடுமேச்சுட்டு வந்தவிய்ங்தானடானு கேப்பேன். ஒங்க பூலவோத்திரம் எல்லாம் எங்களுக்குத் தெரியும்!”

‘சட்’டென்று அந்த இடம் போர் முடிந்த அமைதி பூண்டது. ஒருவர் முகத்தையொருவர் பார்த்துக்கொண்டார்கள். பின்பு, ஒவ்வொருவராய்க் கிளம்பிய அவர்கள் வங்கியின் வாசலுக்கோ, ஏடிஎம்களுக்கோ போய்ப் பார்த்துவிட்டு, ‘ஆமா... மூடித்தான் கெடக்குது!’ என்று தங்களுக்குள் சொல்லிக் கொண்டார்கள்.

வங்கி வாசலுக்கும் ஏடிஎம்முக்கும் போன ஒரு பெரியவர் வழிநெடுக புலம்பிக் கொண்டே நடந்தார். “வாங்குனக் கூலிய செலவு பண்ணாம வாயக்கட்டி வயித்தக்கட்டி சேத்தத போட்டுவைக்க, பேங்க்கு கணக்குக்கு நான் எங்கே போறது? காச்சிக் குடிக்குற கஞ்சிக்கு ஆபத்து வந்துரும்போலயே!”

‘வாழ்க்கை பூராவும் புலம்ப வேண்டியிருக்குமோ?’ என்ற அச்சம் அவருக்குள் முதல்முறையாக எழுந்தது. ஏழையின் அச்சம் நிரந்தரமாகும் என்ற சொலவடையின்படி காற்றில் கணக்குப் போட்டுக்கொண்டே போனார், அவர்.

டீக்கடை, முடிதிருத்தும் கடை, சந்துமுக்குகள் எங்கேயும் இதே பேச்சாகத்தான் இருந்தது. அதையொட்டிய முன்கற்பனைகளும் பின்கற்பனைகளும் விரிந்தன. ஆளாளுக்குப் பேசினார்கள். ‘ஒவ்வொருவருக்குள்ளும் இத்தனை இருக்குமா?’ என்ற ஆச்சரியம் எல்லாரையும் வாய்ப்பிளக்க வைத்தது.

ஒருவன் பணப்பரிவர்த்தனையே இல்லாத நாடு ஸ்வீடன் என்று அடித்துப் பேசினான். மற்றொருவன், “ஸ்வீடன்ல செவன்டி பர்சென்ட்தான் கேஷ்லெஸ். மீதத்துக்கு நோட்டுதான்!” என்றான். “ஸ்காண்டிநேவியாதான் ஃபுல்லி கேஷ்லெஸ்!”

“அதெல்லாம் சரிங்க... நீங்க சொல்ற ஸ்வீடன், ஸ்காண்டிநேவியா எவ்வளவு பெருசு. நம்ம திருப்பூர் மாதிரி இத்துணூண்டு நாடுக. மக்கள்தொகை. நம்ம மதுரை அளவுக்கு இருக்குமா? அந்த நாடுகளுக்கு கேஷ்லெஸ்- கார்டுலெஸ் சரிவரும். நம்ம நாடு என்ன இத்துணூண்டா? யோசிங்க! நாங்க கறுப்புப்பணத்த ஒழிக்கவேணாம்ன்னா சொல் றோம். என்ன ஏற்பாடு பண்ணிருக்கீங்கன்னுதானே கேக்குறோம். ஒளிர்றதுக்கு இதுவொண்ணும் *Trueless* குஜராத் இல்ல. *Truthful* இந்தியா. பல பஞ்சங்களைப் பார்த்த பின்னாலயும் இந்தியா அழியாம இருக்குன்னா அதுவெல்லாம் இயற்கை ஏற்படுத்துன பஞ்சம். மீண்டுறலாம். ஆனா இது செயற்கை பஞ்சம். மீள்றது.....!”

பேசியவர்களில் ஒருவன் ஐநூறு ரூபாய்த்தாளை எடுத்து

நீட்டினான்.

"ஒரு டீக்கு ஐநூறு ரூவா நோட்டா. இதெல்லாம் கொஞ்சம் அதிகமா தெரியல!"

"என்ட்ட அதானே இருக்கு!"

"நைட்தான்யா ஐநூறு, ஆயிரமெல்லாம் செல்லாதுனு சொன்னாய்ங்க. நேத்து வரைக்கும் வந்துக்கிட்டுருந்த நூறும் அம்பதும் அதுக்குள்ல பதுங்கிருச்சு பாரு."

"அதான் ஆஸ்பத்திரி, பால் பூத், பெட்ரோல் பங்க், சுடுகாட்டுல ஐநூறு, ஆயிரமெல்லாம் செல்லுமே... அங்கேதான் போய் மாத்தணும்."

"கவர்ன்மென்ட் ஆஸ்பத்திரிக்கு எதுக்குய்யா காசு? சரி... இந்த சுடுகாட்டுல யார்யா சில்லரை வெச்சுக்கிட்டுருப்பாய்ங்க? வெட்டியானுக்கு துண்டுல விழுமே... அந்தக்காசா இருக்குமோ? அவ்வளவாய்யா நம்ம ஆளுக துண்டுக்காசு போடுறாய்ங்க!"

சந்தடிசாக்கில் சமூகத்தின் மீது சாட்டையடியும் விழுந்தது.

"அப்ப ரயிலுக்கு, ப்ளேனுக்கு டிக்கெட்டு புக்பண்ணு. அங்க வாங்குவாய்ங்கள்ல!"

"சோத்துக்கே இங்கே சு.... றமா... இதுல டிக்கெட்டு ரிசர்வேஷன் செஞ்சு எவம் பொண்டாட்டிய நான் பாக்கப் போறேன். சும்மா ருய்யா... கடுப்பக் கௌப்பாம. தே....மகய்ங்க. ஏசில ஒக்காந்துக்கிட்டு, 'அது இப்டி... இது அப்டி...'ன்னு காத்துல கணக்கு போடுறவய்ங்க... அந்தக்கூ... மகய்ங்க தெனத்துக்கும் வெயில் நின்னு, கல்லு சொமந்து, மம்பட்டி புடுச்சு வெட்டுறவங்க வாங்கற ஐநூறு ஓவாய் மேலயா கண்ணு வெக்கணும்!"

"சிங்கம்... இது கறுப்புப்பணம் ஒழிப்பு நடவடிக்கை. அரசாங்கம் திட்டம்போட்டு இத நடத்துது. நீ ஒருஆளு மட்டும் சிலுத்துக்கிட்டு ஒண்ணும் ஆயிறாது. நாடே கொந்தளிக்கணும்!"

"நொன்னைகளா... கஞ்சிக்குச் செத்த அம்புட்டுப்பேரும் கள்ளநோட்டு வெச்சுருக்கவனா? அன்னாடங்காய்ச்சிகடா! கறுப்புப்பணம் வெச்சுருக்கவன் பேங்குக்கு வரிசைல வந்துநின்னு, 'இந்தா எடுத்துக்க'ன்னு உங்களுக்கு நொட்டப் போறானாக்கும்.

கைலருக்குற காச மாத்துறதுக்கு என்னய மாதிரி அன்னக்காவடிகதான் வரிசைல நிப்பாய்ங்க. பொழப்பு நாறிப்போயிரும்!"

"ரெண்டுநாள் செரமமா இருக்கும். அதுக்குள்ள எவனும் செத்துற மாட்டான்!"

"எவன்டா அது நாதாரிப்பய?"

அதற்கு பதில் வரவில்லை. மாறாக யாரோ ஒருவன், "விடுங்கய்யா... நாளைக்கு பேங்க் தெறந்துரும். மய்க்கா நாள் ஏடிஎம் தெறந்துரும். இப்ப நாம பேசுன பேச்சுக்கே இடம் இருக்காது. போறோம். பழைய நோட்டப் போடுறோம். புதுநோட்ட எடுக்குறோம். வாழ்க்கைய ஜாலியா நடத்துறோம். நீ கபீர்நகர் ஐட்டத்தைப் பாக்கணும்னு ரொம்பநாளா ஐடியா வெச்சுருந்த. அத நீ பாக்கப்போறே. நான் வளர்நகர்ல ஒரு புது பிகர் வந்துருக்காம். அதப்பாத்துர்றேன். நமக்கு எல்லா ஏற்பாடும் செஞ்சுட்டுத்தான்யா பிரதமரு இந்தத் திட்டத்தையே அறிவிச்சாரு. பாருங்களேன்... 'ரெண்டுநாள் செரமமா இருக்கும். அதுக்குள்ள எவனும் செத்துறமாட்டான்'னு சொன்னவன் வீட்டுல கார்ப்பரேஷன் தண்ணீக் கொழாயத் தெறந்தா பாயசமா வரும்!" என்றான்.

"டேய்... குடிச்ச டீக்கு காசக்குடுத்துட்டுப் போடா!"

"ஐநூறு ரூவாய்க்கு நீ சில்லரை தரமாட்டேங்குற!"

கடைக்காரரின் குரலுக்கு எழுந்த பதில் குரலுடன் அந்தக்கூட்டம் மெதுமெதுவாய்க் கரைந்தது.

மகள் கல்யாணம் தொடர்பான வேலைகள் மறந்துபோய், 'சேர்த்துவைத்தக் காசு என்னவாகுமோ?' என்ற பதைப்பிலும், 'கைக்கு வந்துசேர்ந்த காசை எப்படி மாற்றுவது?' என்ற கலக்கத்திலும் பரிதவிப்பாக அலைந்துகொண்டிருந்த வேணுகோபால், நாலைந்து பேர் சேர்ந்து கூட்டமாய் இருந்தால், அந்த இடத்தில் நின்று, அவர்கள் என்ன பேசுகிறார்கள் என்பதைக் கேட்டார்.

அவர் காதில் இதுவரை விழுந்தது எல்லாமே புலம்பல்களாகவும் பதைப்புகளாகவும் இருந்தன. அடுத்தவேளை சோற்றுக்கு இல்லாத ஒருசிலர்கூட, "இது நல்ல திட்டம்தான்!" என வக்காலத்து வாங்கினார்கள். அவர்களறியாமலேயே வக்கிரங்கள், வியாக்கியானங்கள் வந்துவிழுந்தன. கறுப்புப்பணத்தை ரூபாய்த்தாள்களாக, கட்டுகட்டுகளாக வீட்டில் பதுக்கிவைத்திருப்பார்கள் என்று சொல்கின்ற கூட்டமும் அதை

நம்புகிற கூட்டமும் கறுப்புப் பணமென்றால் என்னவென்று அறியாமலேயே அலைந்தபடியிருந்தது.

நடைப் பயிற்சியாளர்களின் வாயில் சிக்கி, எப்போதும் அரைபடும் உள்ளூர் அரசியலிலிருந்து உலக அரசியல்வரையிலான, 'ததாஸ்து'கள் விடைபெற்று, இன்று ஐநூறும் ஆயிரமும் மாட்டிக்கொண்டன. அத்தனைபேருமே அரசு ஊழியர்களாக அல்லது தனியார் நிறுவனங் களில் நல்ல சம்பளத்தில் இருப்பவர்கள். அப்படியே தனியாகவும் ஏதோ ஒரு வியாபாரத்தில் ஈடுபட்டவர்களாக இருந்தார்கள். மேஜைக்குக் கீழேயோ அல்லது இரண்டாவது தொழில்மூலம் பணம் ஈட்டுபவர்களாகவும் அவர்கள் இருந்தார்கள்.

ஒருவரின் நடைவேகத்துக்கு ஈடுகொடுக்க பேசியபடி மற்றவர் கள் ஓடுவதும், தொங்கோட்டமாய் நடப்பதும் இன்று இல்லை. பார்க் டவுன் புளியமரத்தடி பால் டெப்போவுக்கு அருகில் கூடி நின்று பேசினார்கள். நேற்றுவரை, 'பைசா காசு கையில இல்லை...' என்று இழுத்தவர்கள், "ரெண்டுவரைக்கும் வீட்ல இருக்கு..." என்று வாய் திறந்தார்கள்.

''இது ஒரு அமௌண்ட்டாய்யா... அக்கவுண்ட்ல போட்டுறலாம்!"

"போட்டுறலாம். சரி... இந்த மினிஸ்டர்க எல்லாம் என்னய்யா செய்வாய்ங்க?"

தன்னைக்காட்டிலும் பிறர்படும் துன்பத்தில் தெரியும் அவஸ்தையை அறிந்து கொள்ள, மனித மனம் எப்படி அலைகிறது என்பதை அவர்கள் பிரதிபலித்தார்கள். அதற்காகவே காதுகளும் வாய்களும் படைக்கப்பட்டிருப்பதாகக் கருதினார்கள்.

"காலைல பீட்டர் பெரியநாயகம் பேசுனான்ல. 'சாக்கு' மினிஸ்டருக்கு அவன்தானே பொலிடிகல் பிஏ., எப்படா விடியும்னு காத்துருப்பான்போல. விடிஞ்சதும் போன் அடிச்சுட்டான். சொசைட்டி மூலமா பேங்க்குல கட்டுறதுக்கு சேர்ந்த பணத்துல எவ்வள நூறு இருக்கோ அம்புட்டும் இங்கே வரணும்னு 'சாக்கு' உத்தரவே போட்டுருக்காராம். நைட் புல்லா நூறுரூவா நோட்டு எண்ணுறதே வேலையாயிருச்சாம். நாலு மெஷின் கவுண்ட் பண்ணுதாம். பழைய தேர்தல் ஓட் சிலிப் மாதிரி இன்னும் எண்ணிட்டுதான் இருக்காய்ங்களாம். டீ குடிச்சுட்டு வாறேன்னு வெளில வந்தவன், எனக்கு போன் பண்ணுறதா சொன்னான்!"

அந்த இடத்தில் அமானுஷ்ய அமைதி நிலவியது.

"அவன்ட்ட இருக்குமேய்யா... ஆயிரம்கோடிவரைக்கும். சாக்குக்கு ஓர்ரூவா மேனிக்கு கணக்குப் பாத்துக்க. அஞ்சரை வருஷம். டிரான்ஸ்போர்ட் அலாட்மெண்ட் கமிஷன். கிரைன்ஸ் ஆர்டர். போஸ்டிங்க்ஸ் டிரான்ஸ்பர்னு அள்ளிக்கொட்டுறானாமே!" அமைதியை உடைத்தவரின் கண்களுக்குள், 'சாக்கு' மினிஸ்டர் கார்ட்டூன் சித்திரமாய் உருக்கொண்டார்.

அவருக்கு அவரை நன்றாகத் தெரியும். இருவரும் ஆரம்பகால நண்பர்கள். அதிகாரம் வந்ததும் 'சாக்கு' மினிஸ்டரைச் சுற்றி புதுப்படை உருவாகியது. நண்பர் தூரமாகி விட்டார். ஒவ்வொரு சொசைட்டியிலும் தேறும் சில்லரை நோட்டுகளுக்காக 'சாக்கு' தட்டேந்தி நிற்பதுபோல யோசித்துப் பார்த்தார்.

அவர் தலையில் செல்லமாகத் தட்டிய இன்னொருவர், "என்னா... பழைய நண்பரோட கனவுல திரியுறியா? விடுய்யா... அவன் எப்பவோ காச கேரளாவுலயும் கர்நாடகாவுலயும் எடம் வாங்கிப்போட்டு மாத்திட்டான். இப்ப அவன் கைலருக்குறதெல்லாம் கொசுறு!" என்றார்.

"போய்யா போ. பை எலக் ஷன் கலெக் ஷன் டிஸ்டிரிபியூசன் இவன்ட்டதானே இருக்கு! மாவட்டச் செயலாளரு. மினிஸ்டர்ங்க்றப்ப என்னான்னு கணக்குப் பாரு!"

அவர்களுக்கு எந்தவகையிலும் உப்புக்குக்கூட பிரயோசனமில்லாத விஷயத்தை ஆர்வமாகப் பேசிக்கொண்டிருந்தார்கள். "கோவில் உண்டியல் காசையும் அன்அபிஷியலா எடுக்கச்சொல்லி, அதுலயும் மாத்துறாய்ங்களாம்!"

"அப்ப நான் கனவுல நெனச்சதெல்லாம் உண்மையாயிரும் போலயே!"

"என்னா நெனச்சே?"

"'சாக்கு' மினிஸ்டர் கோவில் வாசல்ல கையேந்துற மாதிரி!"

"அவிய்ங்கல்லாம் கெட்டி. நாமதான் கையேந்தப் போறோம். அவிய்ங்க சில்லரைநோட்டு பொழங்குற அத்தனைவழிகளையும் இந்நேரம் ஆஞ்சு எடுத்துருப்பாய்ங்க. வெட்டியா நாம பேசிக் கிட்டருப்பம்!"

கூட்டத்திலிருந்த ஒருவருக்கு செல்போன் அழைப்பு வந்தது. நம்பரைப் பார்த்ததும் ஆர்வமானார். மற்றவர்கள் பேசுவதை நிறுத்தச்சொல்லி, கையால் சைகை செய்தார். அத்தனைபேரும் ராணுவக் கட்டுப்பாட்டுக்கு உள்ளானவர்களாக அமைதியானார்கள். ஸ்பீக்கரை ஆன்செய்து, "ஹலோ" என்றார். தனக்கு பெரிய இடங்களிலிருந் தெல்லாம் தகவல்கள் வரும் என்பதை ஊர்ஜிதப்படுத்தும் வாய்ப்பாக அதை ஆக்கிக்கொண்டார்.

எதிர்முனையில் சுவாரசியமானக்குரல் பேசியது. "தலைவா, மேட்டர் தெரியுமா? என்னமா ஆட்டம்போட்டுச்சு நம்ம 'புளியங்கொட்டை'. அனவுன்ச்மெண்ட் வந்ததுலருந்து அது தூங்கவேயில்லையாம். ஐநூறு, ஆயிரம் ரூவாநோட்ட தரைல கொட்டிப் பரப்பி, அதுலவிழுந்து பொரண்டு பொரண்டு அழுதுச்சாம். மூட்டைகள கட்டிக்கிட்டுக் கதறுச்சாம். கண்ணுலருந்து மாலைமாலையா கண்ணீர் கொட்டுச்சாம்."

எதிர்முனையில் ரசனையாகச் சொன்ன வார்த்தைகளைக் கேட்டவர்கள் அவரவர் கற்பனைக்கு ஏற்ப, வடிவமைத்துப் பார்த்தார்கள். ஜுனியர் விகடனிலும், குமுதம் ரிப்போர்ட்டரிலும் 'புளியங்கொட்டை'யின் கார்ட்டூன்களைப் பார்த்திருந்தவர்கள் தங்கள் மனக்கண்ணில் பெரிய கருத்த உருவமொன்று, வெள்ளைவேட்டி வெள்ளைச்சட்டையில் பெரிய சாக்கு மூட்டைகளை கட்டிக்கொண்டு அழுதுபுரளும் காட்சிகளை ஓடவிட்டு ரசித்தார்கள்.

"இப்ப 'புளியங்கொட்டை' தோப்புல இருக்குற கெணத்துலருந்து பொகையா வருதாம். அடிக்கடி அதுசொல்லுமே... 'குடிக்காத பாலை கொட்டிக் கவுக்கணும்'னு. அதுமாதிரி பணத்த எரிச்சுருச்சுனு எங்கூர்ல பேசிக்கிறாய்ங்க. அங்கன விசேஷம் எப்டி?"

குரலின் ஒலியலையிலேயே மகிழ்ச்சி மின்னியது.

"இங்கன பஸ் கலெக்ஷன்வரைக்கும் நேத்துநைட்டே கை வெச்சுட்டாய்ங்க. நைட்புல்லா நகைக்கடைக தெறந்துருந்துச்சாம். மாடல், டிசைன் எதையும் கண்டுக்காம, டிபார்ட்மெண்ட் ஸ்டோர்ல பருப்பு பாக்கெட்டுகள எடுத்து வண்டில போட்டுக்குவாய்ங்கள்ல அதுமாதிரி அள்ளிப்போட்டுட்டுப் போனதா சொல்றாய்ங்க. சரி... 'புளியங்கொட்டை'க்குத்தான் வேர்ல்ட் லெவல்ல ஆளுருக்குது. தீவு இருக்குதுன்னாய்ங்க. அவிய்ங்க ஆளப்போட்டு எரிக்கிறவய்ங்களாச்சே. பணத்தை எரிச்சுருப்பாய்ங்கங்க்ற!"

“இது நானா சொன்னதுல்ல தலைவா. என்காதுக்கு வந்தத சொன்னேன்!”

கூட்டத்திலிருந்த டாக்டரொருவர், “இன்னிக்கு மணி எக்ஸ்சேஞ்ச் ஒருமேட்டரா? எவ்வளவு இருக்குனு கேளுங்க. தர்ட்டி குடுக்கச் சொல்லு. மாத்திருவோம்!” என்றார்.

அவர் அப்படிச்சொன்னதும் அத்தனைபேரும் அவரை ஆச்சரியத்துடன் பார்த்தார்கள். நிறைய பழக்க வழக்கங்களும் தொடர்புகளும் அவருக்கு உண்டு என்பது எல்லாருக்கும் தெரியும். ஆனால் பணத்தை மாற்றும் அளவுக்குத் தொடர்புகள் இருக்குமா? “மினிஸ்டர்களவிட பெரிய ஆளா டாக்டர் நீங்க?.. உங்கள ஊசிபோடுறவர்னு நெனைச்சேன். எக்ஸ்சேஞ் பண்ணித்தாறேனு சொல்றீங்க!” அந்த இடம் சிரிப்பால் நிறைந்தது.

“Chaos must be faced” என்றார். “வேணுகோபால் சார்... என்ன இந்தப்பக்கம்? வீடு இங்கிட்டா இருக்கு?”

ஒரு நண்பர்மூலம் வேணுகோபாலுக்கு டாக்டர் அறிமுகமானவர். “பொண்ணுக்குக் கல்யாணம் வெச்சுருக்குறதா சொன்னாங்க... வேலையெல்லாம் எப்டிப்போகுது?”

“நேத்துவரைக்கும் நல்லாதான் டாக்டர் போச்சு. இன்னிக்குக் காலைல தலைகீழா மாறிப்போச்சு. கல்யாணத்துக்கு இன்னும் பத்தொம்பது நாள்தான் இருக்கு. கைலருக்குற காச எப்டி மாத்துறதுன்னு ஒரே யோசனை!”

வேணுகோபாலிடம் ஓரிரு வார்த்தைகள் பேசிய டாக்டர், “இதெல்லாம் ஒரு மேட்டரே இல்ல!” என்றுவிட்டு, அடுத்த நண்பருடன் பேசப் போய்விட்டார்.

ஆழமான நீர்நிலையில் தத்தளித்தவருக்கு ஏதோ ஒருபிடி கிடைத்ததுபோலான உணர்வு இருந்தது. ‘வீட்ல தேடுவாங்க’ என்ற நினைப்பும் இருந்தது.

தமிழரசி கண்விழித்தபோது, அப்பா வீட்டில் இல்லை. தொலைக்காட்சிப் பெட்டியில் பணம்பற்றிய நிகழ்ச்சியொன்று நடந்துகொண்டிருந்தது. வழக்கமாக வீட்டிற்குவரும் நாளிதழ்கள் தவிர்த்து, வேறுசில இதழ்களும் டீப்பாயில் கிடந்தன. அவற்றைப் படித்து முடித்ததற்கான அடையாளங்கள் இருந்தன. ‘ஒரே இரவில்

அற்புதம் ஏதும் நடந்துவிட்டிருக்காதா?' என்ற நப்பாசையில் அப்பா அலைபாய்கிறார் என்பதை அவள் உணர்ந்து கொண்டாள்.

அம்மா, பக்கத்துவீட்டுப் பெண்களுடன் காம்பவுண்ட் சுவரில் முகத்தை வைத்துக் கொண்டு பேசியபடி நின்றிருந்தார். அங்கும் பணம்பற்றியப் பேச்சே நடந்துகொண்டிருந்தது. "என்னாக்கா இப்டி சொல்லிப்புட்டாரு, இந்த பிரதமரு. இப்பல்லாம் வேலைக்குப் போற மிடில்கிளாஸ் லேடீஸ்களே லட்சக்கணக்குல ரூபாய் சேத்துவைக்கிறது சாதாரணம். நானே சீட்டுபோட்டு அஞ்சுலட்ச ரூபாய்வரைக்கும் சேத்துவைச்சுருக்கேன். நகை வாங்குறதுக்கும் நிலம்வாங்குறதுக்கும் பிள்ளைகளுக்கு ஸ்கூல் பீஸ் கட்டுறதுக்கும் அவரு தடுமாறிக்கிட்டுருந்தாருன்னா அதுலருந்து எடுத்துக்குடுத்து, அப்பறமா வாங்கிக்குவேன். வீட்டுக்கு உதவற மாதிரியாயிருச்சா. இப்ப ரெண்டரை லட்சரூபாய்க்கு கேள்வியில்லாம பேங்க்ல போடலாம்ங்க்றாங்க. என்ட்டருக்குறது அஞ்சுலட்சம். நான் என்ன திருடியா சம்பாதிச்சேன். என்னோட சேமிப்பு இது. இதுக்கு நான் ஏன் கட்டணும் வரி? அஞ்சுலட்சத்துக்கும் வரிவிலக்கு வேணும். இந்த ஆபீசர்ஸ் யோசிக்க மாட்டாய்ங்களா?"

இன்னொருத்தி புன்னகையுடன் சொன்னாள். "நியூஸ் பாத்துட்டுருக்கும்போதே அவரு, 'எவ்வள காசு வெச்சுருக்க'னு கேட்டாரு. இருந்தாத்தானே சொல்றதுக்கு. கைல நயா பைசா இல்ல. மடியில கணமில்ல. ஜென் நிலைலதான் அந்த நியூஸை பாத்துக்கிட்டுருந்தேன்!"

தலையிலிருந்து உருவி, நக இடுக்கில் சிக்கிக்கொண்ட பேனை நுட்பமாக வெளியில் எடுத்துக்கொண்டே ஒருத்தி சொன்னாள். "அவருக்கு நான் காசு வெச்சுருக்கறது தெரிஞ்சுபோச்சு. எப்பக் கேட்டாலும் இல்லவேயில்லைனு சொல்வேனா.. இப்ப முப்பதாயிரம் இருக்குனு சொன்னேன். விழுந்துவிழுந்து சிரிச்சாரு. போச்சா... அம்புட்டும் போச்சானு. புருஷன் கேக்குறப்ப கொடுத்திருந்தா இப்படியாயிருக்குமா? நீ போண்டிதான்னாரு. அப்பறம் கைல பத்தொம்பதாயிரம் ரூவாயக் குடுத்து உன்கணக்குல நாப்பத்தொம்பதாயிரம் போட்டுக்கன்னாரு. என்னால நம்பவே முடியல!"

அவரவர் கதைகளைச் சொல்லுவதில் இருக்கும் இன்பத்தை நுகர்ந்தவர்கள், கடைசியாகச் சொன்னவளின் கதையில் விக்கித்துப் போனார்கள். "என்ன பண்றது அவரு குடிச்சுட்டுத்தான் வீட்டுக்கே

வருவாரு... எல்லாருக்கும் தெரியுமில்ல. அதான் மிச்சம் புடிச்சு கொஞ்சம் சேத்து வெச்சுருக்கேன். பணத்தை எப்டி பேங்க்ல கட்டுறதுனு தெரியல. எனக்கு கணக்கும் கெடையாது."

மற்ற பெண்களுடன் பேசிக்கொண்டிருந்த அம்மா, தமிழரசியின் நிழலைக் கண்டதும், உள்பக்கமாகத் திரும்பினார். "பேப்பர்காரப் பையன்ட்ட எல்லா பேப்பரையும் வாங்குனாரு. படிச்சாரு. படிச்சுட்டு அப்பதயே வெளிலப் போயிட்டாரு. கல்யாண வேலையெல்லாம் அப்டியப்டியே நிக்குது. சொந்தத்துலயே நெறையபேருக்கு பத்திரிகை தர்றது விட்டுப்போயிருக்கு!" பதைத்தார்.

சில நிமிடங்கள் அம்மாவின் முகத்தையே தமிழரசி பார்த்தாள். பின்பு, அத்தியாவசிய வேலைகளை செய்ய ஆரம்பித்தாள்.

'**கை**லயிருக்குறத பேங்க்ல போட்டுறலாம். பேங்க்ல போட்டத மொத்தமா எடுக்க முடியுமா?' தனக்குத்தானே பேசிக்கொண்டு வீட்டுக்குள் நுழைந்தார், வேணுகோபால். எப்போதோ வாங்கிவைத்திருந்த தன்னுடன் படித்து, தற்போது ஆடிட்டராகத் தொழில் செய்யும் வகுப்புத்தோழன் முருகவேளின் விசிட்டிங் கார்டைத் தேடினார். சிக்கியது. அதிலிருந்த நம்பருக்கு அழைத்தார்.

"வராத நம்பர்லருந்து ஆடிட்டருக்கு கால் வருதுன்னா... நிச்சயமா ஏதோ ஒரு சிக்கல்னு அர்த்தம். சொல்றா வேணுகோபாலா... எவ்வளவு பணம் கைல வெச்சுருக்க? நீ லோயர் மிடில். உன்ட்ட என்ன இருக்கும்? வீடு லோன்போட்டுக் கட்டி, முக்காவாசி அடச்சிருப்ப. பொண்ணு கல்யாணத்துக்குனு சேத்தது ஒருநாலஞ்சு லட்சம்வரைக்கும் கையிருப்பு இருக்கும். பேங்க்லதான் போட்டுவெச்சிருக்கியா? கொஞ்சம் வெளில கடன் வாங்கியும் வெச்சுருப்ப. அதுக்கு இப்ப ஆப்பு வந்துருச்சா... விடு. அதான் ரெண்டரை வரைக்கும் ஒருஅக்கவுண்ட்ல போட்டுக்கலாம்ல்ல. இருக்குறத உம்பேர்லயும் உம் பொண்டாட்டி பேர்லயும் போட்டுக்க. அதையும்தாண்டி கைலருந்தா... பொண்ணுபேர்ல கொஞ்சம் போட்டுக்க. அம்மாடி... கவலை தீந்ததுனு மட்டும் நெனைச்சுக்காதே. இந்த கவர்ன்மெண்ட் நாம நெனைக்கிறமாதிரி இல்ல. இப்பப்போடுங்கனு சொல்றவா, நாளை வரிகட்டுனு சொல்லமாட்டாங்க்றதுக்கு நோ உத்தரவாதம்!"

வேணுகோபால் எதுவும் கேட்காமலேயே, அவர்கேட்க நினைத்ததற்கெல்லாம் ஒரேபதிலில் சொன்னார். "காசுபொறட்டுற

கலக்கத்துல இதுவரைக்கும் நீ உன் பொண்ணு கல்யாணத்துக்கு என்னை அழைக்கல. மறக்காம இப்பவாச்சும் அழைச்சுரு!"

வேணுகோபாலின் கணக்குடன் பெண்டாட்டியின் பெயர் ஜாயின்ட் அக்கௌண்டாக இருந்தது. அதனால் அதில், 'எனக்குக் கொஞ்சம் அவளுக்குக் கொஞ்சம்' என்று போட முடியாது. மகள் பெயரில்போட யோசனையாக இருந்தது.

4

வேணுகோபால் கணக்கு வைத்திருந்த வங்கிக்குப் போகும் வழியில், மேலும் மூன்று வங்கிகள் இருந்தன. அத்தனையும் தேசியமயமாக்கப்பட்ட வங்கிகள். ஆண்களும் பெண்களும் வயதுமுதிர்ந்தவர்களுமாக அந்த வங்கிகளின் வாசல்களில் கூட்டம் அலை மோதியது. முகத்தில் கவலை. ஏக்கம். இங்குவந்து நின்றுவிட்டால், அன்றாடத்தின் மற்ற வேலைகளை யார் பார்ப்பது என்ற பதைபதைப்பு அவர்களிடம் இருந்தது.

‘வங்கியில்போடும் பணத்துக்கீடாக, செல்லு படியாகும் மாற்றுப்பணம் முழுமையாகக் கிடைக்குமா?’ என்ற யோசனைகள், வழிகாட்டுதல்கள், ‘அதெல்லாம் கிடைக்கும்’ என்ற தீர்வுகள், ‘இப்படி ஏழுவரிசையா நின்னா, முந்துனவனுக்குத்தான் கிடைக்கும்’ என்ற ஒழுக்க ஆதங்கங்கள் அசைபோடப்பட்டன.

ஒவ்வொரு வங்கியாய்ப் பார்த்துக்கொண்டுபோன வேணுகோபாலை அவர் கணக்கு வைத்திருந்த வங்கியின் வாசல், பெருங்கூட்டத்துடன் வரவேற்றது. மற்ற வங்கிகளைக் காட்டிலும் தான் கணக்கு வைத்திருக்கும் வங்கியில் கூட்டம் அதிகமிருப்பதாகக்

கருதினார். மோடி மஸ்தானின் கண்கட்டி வித்தையை கும்பலாய் நின்று பார்த்த சிறுவயது ஞாபகம் அவருக்குள் சம்பந்தமில்லாமல் வந்துபோனது.

வங்கியின் ஊழியர்கள் வந்திருக்கவில்லை. ஊழியர்கள் வந்து, கதவு திறந்து, வழக்கமானத் துப்புறவு பணிகள் முடிந்து, கணக்கு வழக்குகளின் ஆரம்ப இருப்பை குறித்து, கம்ப்யூட்டரை இயக்கி, மறந்துவிட்ட பாஸ்வேர்டை நினைவுபடுத்தி, அது உடனடியாக சர்வரில் இணைந்து_ எதுவுமே நடந்திராத நிலையில், கைப்பணத்தை மாற்றிவிடும் ஆவலாதியில் கும்பலாக எல்லாரும் முண்டிக் கொண்டிருந்தார்கள்.

யாரோ ஒருவன், "எல்லாரும் ஆதார் கார்டு ஜெராக்ஸ் வெச்சுக்குங்க. அப்பத்தான் பணத்தை மாத்தித்தருவாங்க!" என்றான்.

"ஆதார் கார்ட காட்டுனா போதும்ன்னுதானே போட்டுருக்கு!"

"அவன் அப்டிதான்யா போடுவான்!"

'அப்டியும் இருக்குமோ! எதுக்கெடுத்தாலும் அதுக்கு ஜெராக்ஸ் இருக்கானுதானே கேக்குறாய்ங்க!' கூட்டத்தில் சலசலப்பு. எப்போதும் பரபரப்பையே விரும்பும் மனம். கூட்டத்தில் யாரோ ஒருவன் சும்மாக்காச்சுக்கும் போட்டுவிட்டது வேலை செய்தது.

"பணம்போடுறவங்களுக்கு ஜெராக்ஸ் வேணாம். பணம் எடுக்குறவங்களுக்கு ஜெராக்ஸ் வேணும்!"

கல்விழுந்த குளம்போல நீரலைகள் எழுந்தன. முண்டிக்கொண்டி ருந்தவர்கள் சிதறினார்கள். "ஜெராக்ஸ் எடுத்துட்டு வந்துர்றேன். நான் உங்களுக்கு முன்னாடி நிக்கிறேன். நீங்க ஜெராக்ஸ் முன்னமே எடுத்துக்கிட்டு வந்துட்டீங்களோ?"

கும்பல் கலைந்து சிதறி, வேறு கும்பல் புதிதாக உருவானது. இதைப் பயன்படுத்திக் கூச்சலும் குழப்பமும் நிறைந்து எல்லோரும் ஒரே திசையில் செம்மறிகளைப்போல முண்டினார்கள். கையிலிருக்கும் பணத்தை இன்றைக்கு மாற்றாவிட்டால் வேறு என்றைக்குமே மாற்ற முடியாது என்ற மனோநிலை எல்லாருக்கும் இருந்தது. அலை மோதினார்கள்.

வேணுகோபால் திகைத்துப்போய் நின்றார். கூட்டத்தில் தனது பணம் பறிபோய் விடுமோ என்ற பயமும் அவருக்கு இருந்தது. 'தனதுபெயரில் இரண்டரை லட்சத்தை முதலில் போட்டுவிடலாம்' என்று ஆதார் அட்டையையும் புத்திசாலித்தனமாக அதன் ஜெராக்ஸையும் எடுத்துக்கொண்டு வந்திருந்தார். 'ரெண்டரை லட்சமும் போட்டால் நாலாயிரம்தான் கையில் கிடைக்கும்' என்றார்கள். கவனம் முழுவதுமே கைப்பணத்தில் இருந்தது. கூட்டத்துக்குள்போய் நிற்கத் தயங்கினார். கூட்டம் வெயில்போல ஏறியது.

கூட்டத்தைப் பார்த்து திகைத்து நின்ற இளைஞன் ஒருவனிடம் அவனுக்குத் தெரிந்த இன்னொருவன் கேட்டான். "வாய்யா, வந்து வரிசைல நில்லு. கபாலி படத்துக்கு வரிசைல நிக்க யோசிச்சியா? அரசாங்கத் திட்டப்படி சொந்தப் பணத்தை மாத்துறக்கு வரிசைல நிக்க இப்டி யோசிக்கிற. வா நண்பா... வா. வந்து வரிசைக்கு உயிர் கொடு!"

அந்தக்கேள்வியை எதிர்பார்த்தவனாக தள்ளிநின்றிருந்த அந்த இளைஞன் கொஞ்சம் விடைப்பாகவே இருந்தான். "ஆமாய்யா... வரிசைல நின்னுதான் டிக்கெட் வாங்குனேன். படம்பாக்குறது கேளிக்கை. நீ வரிசைல நிக்கச்சொல்றது வாழ்க்கைக்கு ஆதாரமான பணத்துக்கு. அதுவும் நான் சம்பாதிச்சு, அன்றாடச் செலவுக்கு கைலவெச்சுருக்குற பணத்துக்கு. எங்க 'இத' எடுத்து எங்களையே ஆட்டிப்பாக்குற இதுக்கும் கபாலி பட டிக்கெட்டுக்கு வரிசைல நிக்கிறதுக்கும் வித்தியாசம் தெரியாத கேணைக்....யா உன்னய மாதிரி நெறையபேரு இருக்குறதால இங்க நிக்கவேண்டியிருக்குது. பொத்திகிட்டுரு!"

இப்போது கேட்டவன் திகைத்துப் போனான். ஆனாலும் அவனிடம் ஒரு துருப்பிடித்த அஸ்திரம் இருந்தது. "எல்லைல ராணுவ வீரர்கள்...!"

"என்னாது.... ராணுவ வீரர்களா? டேய்.... ஒனக்கு தேசிய கீதம் தெரியுமாடா?"

"தேசிய கீதம்ன்னா...!"

"தேசிய கீதம் தெரியாது? 'ஜன கன மன அதி நாயக'ன்னு பாடுவாங்கள்ல அது!"

"அப்டியொரு பாட்டுருக்கா? எந்தப்படத்துலணே வரும் அந்தப் பாட்டு? அனிருத் பாடுனதா... சிம்பு பாடுனதா? விஷால் படப்பாட்டாணே!"

"பொ..சப் பொத்திக்கிட்டு நின்னு, பணத்தை மாத்திக்கிட்டு ஓடிப்போயிரு. எல்லைல ராணுவ வீரன்க... கொல்லைல ராணுவ வீரன்கனு தொண்ணாந்துக்கிட்டுருந்த... போட்டுருவேன். ராணுவ வீரனுகளுக்கு தர்ற சலுகைல நாப்பது சதவீதத்தை வந்தவொடன குறைச்சுப்புட்டாய்ங்க தெரியுமாடா ஒனக்கு? மொதல்ல அவிய்ங்களுக்கு அத வாங்கிக் குடுத்துட்டு அப்புறம் ராணுவ வீரனப் பத்திப் பேசு. தோலான் துருத்தி, தெருப் புழுதி, மண்ணாங்கட்டின்னுக்கிட்டு!"

"அதானே...!" கூட்டத்தில் நாலைந்துபேர் என்னவென்று தெரியாமலேயே குழுக்களாக நின்றார்கள்.

சொர்க்க வாசலாய் வங்கியின் கதவு திறந்ததுதான் தாமதம். சாக்குமூட்டையின் கட்டுச்சணலை உருவியதும் உருளும் நெல்லிக்காய்களைப்போல, கதவில் அப்பிய ஈக்களாய் முன்னால் முண்டிக்கொண்டு நின்றிருந்த அத்தனைபேரும் தடுமாறி விழுந்து, எழுந்து, விழுந்தவர்களின் மேல் மற்றவர்கள் ஏறி மிதித்து, ஒருகையில் பணம், மறுகையில் ஆதார் ஜெராக்ஸுடன் ஓடி, உள்ளே மறுவரிசையில் நின்றார்கள். விழுந்து எழுந்த சாதனைகளை மறந்து, வரிசையில் இடம்பிடித்தவர்களின் முகத்தில் சாகசப் பெருமிதம் வேறு அப்பிக்கிடந்தது. தெரிந்தவர்களின் முகத்தைப் பார்த்துச் சிரித்துக்கொண்டார்கள். அவர்களுக்கு, 'என்ன செய்கிறோம்?' என்பது தெரியாமலிருந்தது.

"எல்லா பேங்க்லயும் இவ்வளக் கூட்டம் இருக்கு! அப்ப எல்லார்க்கிட்டயும் காசு இருக்கா? அதக்கணக்குப் பண்ணிதான்யா இந்தத்திட்டத்த அறிவிச்சுருக்காய்ங்க!" நாலைந்து வங்கிகளுக்குப்போய் அங்கே நிற்கும் கூட்டத்தைப் பார்த்துவிட்டு, 'இது பரவால்ல' என்று வரிசையில் கடைசியாக ஒட்டிக்கொண்ட ஒருநபர், தனக்குத்தானே வாய்விட்டுப் புலம்பினார்.

"யோவ்... நீயும் நானும் வெச்சுருக்குறது அன்றாடச் செலவுக்கான காசுய்யா! அதயும் செல்லாதுனு அறிவிச்சுருக்காய்ங்க. இங்கன நிக்கிறவிய்ங்கள்ல எவனாச்சும் கார்ல வந்து எறங்குறவன் இருக்கானா... பாரு. வெள்ளையுஞ் சொள்ளையும் போட்டுக்கிட்டு தொணைக்கு நாலஞ்சு பேரோட திரிவாய்ங்களே, அவனுக

இருக்கானுங்களா... பாரு. அரசாங்கத்துக்கு வரிகட்டாம ஏச்சு, ஒளிச்சுவெச்சப் பணக்காரய்ங்களாய்யா நாம எல்லாம். இன்னிக்கு வேலைக்குப் போகாட்டி அடுத்த வாரம், இல்லாட்டி அடுத்த மாசம் பொச்சு காஞ்சுரும்ய்யா நமக்கு. நம்மட்ட ஏதுய்யா கறுப்புப்பணம்?"

"அதானே!"

'இந்தக்கூட்டத்தில் நின்று, தன்னால் பணத்தை வங்கியில் போட முடியுமா?.. டிசம்பர் முப்பதுவரைக்கும் தேதி இருக்குல்ல என்று கூட்டத்தைப் பார்த்துத் தயங்கிய வேணுகோபாலின் மனசு சொன்னது. 'டேய்... குய்யா... நீ கைல வெச்சுருக்குறது கடன் வாங்குன பணம். நீ அதை கல்யாணச் செலவுக்கு வாங்கியிருக்க. இப்ப அது செல்லாதப் பணமா ஆகிப்போச்சு. ஒருபக்கம் கடன். இன்னொரு பக்கம் அது செல்லாத காசு. இன்னுமொரு பக்கம் பதினெட்டுநாள்ல பொண்ணு கல்யாணம். யோசிடா கொங்காங்கோ!'

'அவசரத்துக்கு அண்டாவுக்குள்ளேயே கை போகாது... இது பேரவசரம். செல்லாத பணத்தை வைத்துக்கொண்டு என்ன செய்வது?' ஒருபக்கம் பயம். இன்னொரு பக்கம் கல்யாண நாள் நெருங்கிவரும் வேகம். வேணுகோபாலுக்கு அவஸ்தையாய் இருந்தது.

கூட்டத்தில் முண்டியடித்து முட்டிமோதி, உள்ளே நுழைந்து கையிலிருந்தப் பணத்தைக் கட்டிவிட்டு, ஈடாக இரண்டு இரண் டாயிரம் ரூபாய் புதியதாள்களை வாங்கிக் கொண்டு வங்கியிலிருந்து வெளியில்வந்த முதல்ஆளை, பலாப்பழ ஈபோல கூட்டம் மொய்த்து நின்றது. அவன், சாகச வீரன் வெற்றிக் கோப்பையை உயர்த்தி மக்களுக்குக் காட்டுவதுபோல சவ்வுமிட்டாய் நிறத்திலிருந்த அந்த ரூபாய் நோட்டை உயர்த்திக் காற்றில் ஆட்டினான்.

இரண்டொரு நாட்களாக நாளிதழ்கள், முகநூல் மற்றும் வலைத்தளங்களில் உலவிய, 'காந்தி படமல்லாத ரூபாய் நோட்டு' என்ற பரப்புரையை உடைத்துவிட்டதாக, "யேய்... காந்தி படம் இருக்குய்யா... என்னென்னா பேசுனாய்ங்க. அதெப்டியா காந்தி படம் இல்லாம, இந்தியா ரூவாநோட்ட அச்சடிக்கும்!" என்று ஒருவன் அங்கலாய்த்தான்.

ரூபாய்த்தாளைவாங்கி முன்னும்பின்னுமாய் தடவிப்பார்த்து

ஆய்ந்த இன்னொருவன், "டேடாய்... காந்தி படமெல்லாம் சரி தான்டா. நோட்டப் பாரேன் லக்கி பிரைஸ்ல முந்தி பிளாஸ்டிக் கவருக்குள்ள வெச்சுருப்பாய்ங்கள்ல ரெண்டுரூவா தாளு. அதுமாதிரியில்ல!" என்றான்.

"இல்லப்பா... இதுமாதிரித்தான் முந்தி சிக்கிம் லாட்டரி டிக்கெட்டு இருக்கும். அப்டியே இதுவும் இருக்கு!"

"நாம லாட்டரி அடிக்கப் போறோம்னு இது ஒரு சகுனம்போல இருக்கப்பா... இந்த நோட்டப் பாத்தா!"

"வந்துட்டான்யா.. வானிலை அறிக்கை ரமணன்!"

"ரமணன் போய்த்தான் ரொம்ப காலம் ஆச்சே. இப்ப பாலச்சந்திரன்!"

"அதுக்கென்ன... ரமணன்பேர்தானே சொல்ல ஈசியாருக்கு. அதுவே இருக்கட்டும்!"

அடுத்து ஒருவன் புதிய ரூபாய்த்தாள்களுடன் வெளியே வந்த போது, "எங்கே ஒங்கதக் காட்டுங்க!" என்று கூட்டம் அவனிடம் திரும்பியது.

"பாகிஸ்தான் கள்ளநோட்டு அடிச்சு, இங்கன புழக்கத்துல விட்டுருக்கு. அதத் தடுக்க மத்த நாடுகளால அச்சடிக்க முடியாத தொழில் நுட்பத்துல நோட்டு அடிச்சுருக்கோம்னு சொன்னாய்ங்க. நம்மட்ட ஒரேயடியா அடிச்சுவிட்டுருக்காய்ங்கய்யா. 'சட்டு புட்டு'னு நாளைக்கு சாயங்காலமே நம்ம சிவகாசிக்காரய்ங்க இதவிட நல்லநோட்ட அடிச்சு விட்டுருவாய்ங்களே!"

"அட... ஆமாய்யா! இதுக்குத்தான் இவ்வள பில்டப்பா?"

"டேய்... தேசபக்தியில்லாம பேசாதீங்கடா... எல்லையில கடும்குளிர்ல நம்ம இந்திய ராணுவ வீரர்கள்!.."

"டேய்... இவரு தேசபக்தி பாட்ட பாடப்போறாருடா... வா. நாம வரிசைல நின்னுருவோம்டா...!"

கூட்டம் கலைந்தோடி வரிசையில் ஒட்டிக்கொண்டது.

இடையிடையே வங்கிக்கு வந்து, வரிசையில் நிற்காமல் காவலரிடம் எதையோ சொல்லிவிட்டு உள்ளே செல்பவர்களின்

எண்ணிக்கை அதிகமாக ஆகிக்கொண்டிருந்தது. கார்களில் வந்திறங்கிய அவர்கள் தோரணையாக நடந்துகொண்டார்கள். பரிமாற்றம் நடக்கும் கௌண்டர்களுக்குச் செல்லாமல், வங்கி மேனேஜரின் அறைக்குச் செல்பவர்களாக இருந்தார்கள். அவர்களிடம், 'பணம் செல்லாமல் போகின்றதே' என்ற பதற்றமெல்லாம் இருக்கவில்லை. இயல்பாக இருந்தார்கள்.

கண்ணாடி அறைக்குள் ஏதோ பேர நடவடிக்கைகள் நடப்பது தெரிந்தது. அங்கே நடக்கும் உரையாடலின் செய்கைகளை மொழிப்படுத்தினால், "எவ்வளவு இருந்தா என்ன? கொண்டுவாங்க பாத்துக்கலாம். அங்கே பிரைம் மினிஸ்டர்ன்னா. இங்கே நான்!" என்பதாக இருந்தது.

மேனேஜரின் அறையிலிருந்து வெளியே வரும்போது அவர்களின் தோரணை மேலும்கூடி, வரிசையில் பரிதவிப்புடன் நிற்பவர்களை புழுபூச்சிபோல பார்த்துவிட்டுப் போனார்கள்.

வரிசை நகருவதாக இல்லை. எளிய மக்கள் அதைப் பொருட் படுத்தவுமில்லை. செல்லாத பணம்செல்லுபடியானால் போதுமென்ற தவிப்புமட்டுமே அவர்களிடமிருந்தது.

"மாப்ளே வரிசை ரொம்ப பெருசாகிட்டேருக்குடா. நம்மவேலை கெட்டுரும். வா... நாளைக்கு மாத்திக்கலாம்!"

"டேய்... என்னய என்ன தொம்பப்பயனு நெனைச்சுட்டியா... இந்தக்கூட்டத்துல எதுக்கு நிக்கிறேன்னு இன்னுமா தெரியல." ரகசியம் சொல்வதற்கு அவனை அருகில் அழைத்தான். 'அந்தாப்பாரு எதுத்த வீட்டு மயினி நிக்கிறத. எல்லாம் கணக்கு வழக்குதான்டா!'"

மற்றொருவன் அவன்காட்டிய திசையைப் பார்த்தான். அவளும் அவனையே பார்த்துக் கொண்டிருந்தாள். "ஆஹா... நீயே கணக்கு பண்ணிக்க. நான் கௌம்புறேன்!"

மணி ஒன்றாகியிருந்தது. உள்ளேயிருந்து இதுவரையில் பத்து, பனிரெண்டு பேர் மட்டுமே கட்டிய பணத்துக்கு ஈடாக, நாலாயிரம் ரூபாய் பெற்றவர்களாக இருந்தார்கள்.

'அறிவிச்சவொடனே எல்லாரும் 'அரிபரியா' அடிச்சுக்கிட்டு வந்து நிப்பாய்ங்க. ரெண்டுநாள் போயிருச்சுன்னா... கூட்டம் குறையும்' என்ற பழைய எண்ணத்துக்கே வந்தார், வேணுகோபால்.

வீடுதிரும்ப யத்தனித்து நடைபோட்டார். கையிலிருந்த, 'நண்பன் கொடுத்த பணம்' கனத்தது.

'ஐநூறு, ஆயிரம் செல்லாத விஷயம் தெரிஞ்சுதான், கேட்ட காசை வந்து வாங்கிகனு நம்மட்ட தள்ளிவிட்டுருப்பானோ!' என்று யதார்த்த மனம் சந்தேகம் எழுப்பியது. 'ச்சேச்சே... அப்டியெல்லாம் இருக்காது. உதவுனவன தப்பா நெனைக்கக்கூடாது. அவன் இயல்புலயே நல்லவன். தெரிஞ்சு செஞ்ருக்க மாட்டான். உதவுனதுக்கு பழிபோடக் கூடாது. நம்மநேரம் இப்டியிருக்கு அவ்வளதான்!' அவருக்கும் அவரது மனசாட்சிக்கும் இடையில் உரையாடல் தொடங்கியது.

தலைநகரிலிருந்து தனித்தீவாயிருக்கும் சிறு கிராமம்வரையில் வங்கிகளின் வாசலில் பரிதவிப்புடன் அலைமோதும் கூட்டத்தையும் மக்களின் பரிதவிப்பையும் எண்ணத்தையும் முகநூலும் ட்விட்டும் வலைத்தளங்களும் படங்களுடன் அள்ளித்தெறித்திருந்தன.

மக்களின் துயரார்ந்த நிலைப்பதிவுகளுக்கு தேசத்தின் மீது பக்தி கொண்டவர்களாகக் காட்டிக்கொண்ட விசுவாசிகள், 'நாட்டின் நன்மைக்குத்தானே இந்த நடவடிக்கைகள். முன்னேற்றத்திற்காக இதையெல்லாம் பொறுத்துக்கொள்ளக் கூடாதா? இரண்டுநாட்கள் பொறுத்தால் எல்லாம் சரியாகிவிடும்!' என்பதுபோன்ற யதார்த்தம் தவறிய நம்பிக்கைகளை விதைத்துக்கொண்டிருந்தனர்.

'கறுப்புப் பணக்காரர்களுக்கு இந்த நடவடிக்கை முன்னமே தெரியும். தெரிந்ததும் தங்கள் பணத்தை அவர்கள் பாதுகாப்பாக மாற்றிக்கொண்டார்கள். மத்தியில் ஆளும்கட்சியின் ஆதரவு தொழிலதிபர்களுக்கான நடவடிக்கை இது. மக்கள் கையில் பணப்புழக்கம் இல்லாமலாக்கி, அவர்களை கடன் அட்டைகள் மூலமும் தனியாருக்கு வரிசெலுத்த வைப்பதன் மூலமும் ஒருபக்கம் சுரண்டி மறுபக்கம் கொழுக்கவிடும் சாதுரியம் இது!' சற்றே அறிவார்ந்தவர்கள் வழியாக, கிட்டத்தட்ட அரசின் செயல்பாட்டுத் தகவல்கள் கசிந்து, பல்வேறு கோணங்களில் அலசப்பட்டு வந்தன.

இந்த நடவடிக்கைகளுக்கு எதிர் நடவடிக்கையாய் தேசபக்தர்கள், 'எல்லையில கடும்குளிர்ல நம்ம இந்திய ராணுவ வீரர்கள்...' என்பதையே பதிலாகச் சொல்லிக் கொண்டிருந்தார்கள். அவர்களிடமிருந்து அறிவார்ந்த பதில்களோ, அறிவியல் பூர்வமான

பதில்களோ, குறைந்தபட்சம் நாகரிகமான பதில்களோ வரவில்லை. அவலங்களை எழுதுபவர்களின் தாய், மனைவி, சகோதரிகள் மீது சுமத்தி, பாலுறவு வன்சொற்களால் தங்களின் குலத்தொழிலை மறந்துவிடாமல் நனைத்தார்கள்.

முகநூலை விரலால் நிமிண்டிக் கொண்டிருந்த தமிழரசி, 'அவர்களால் எப்படி அறிவீலிகளாக நடந்துகொள்ள முடிகிறது?' என்று அங்கலாய்த்தாள். 'என்னவிதமான மனிதர்கள் அவர்கள்? கருத்தைக் கருத்தால் எதிர்கொள்ள முடியாதவர்கள்தான் மன நோய்க்கு ஆளானவர்கள்போல பிதற்றி, எதையாவது செய்வார்கள். நாட்டில் இத்தனை மனநோயாளிகளா?' பதற்றமாய் மற்றசெய்திகளைப் பார்த்தாள். எல்லாமே பணமதிப்பு இழப்புகுறித்த செய்திகளாகவே இருந்தன.

அதில், கறுப்புப் பண ஒழிப்புக்கு எதிர்ப்பு தெரிவித்து, எந்தச்செய்தியும் இருக்கவில்லை. பணமதிப்பை இழக்கச்செய்து, கறுப்புப் பணத்தை ஒழிக்க திட்டமிட்ட அரசு, அதை எதிர்கொள்ள முறையான வழித்திட்டங்களைக் கைக்கொள்ளவில்லை என்ற ஆதங் கமும் அதனால் கறுப்புப்பணத்துக்கு சம்பந்தமில்லாத மக்கள்படும் / படப்போகும் துயரங்களை மையமிட்டே எழுதியிருந்தார்கள்.

திட்டமிடல் குறைபாட்டால், வங்கிகளில் செலுத்தும் தொகை அதிகமாகி, அங்கிருந்து பெறும்தொகை குறைவாகக் கொடுக்கப்பட்டதில், முதல்நாளே மக்கள் துயரங்களை அனுபவிக்கத் தொடங்கியிருந்தார்கள். முகநூலின் சிலபக்கங்களில், 'ஐநூறு, ஆயிரம் ரூபாய்நோட்டுகள் செல்லாது' என்று கடைகளில் ஒட்டப்பட்ட அறிவிக்கைகள் படங்களாக காட்சிதந்தன.

மனநலம் குன்றிய ஒருநபர் அந்தத்தெருவின் முக்கில் உட்கார்ந்தே இருப்பார். எங்கிருந்து வந்தார். ஏன் இந்த இடத்தில் தங்கினார் என்றெல்லாம் யாருக்கும் தெரியாது. தனக்குத்தானே பேசிக்கொள்வார். யார் காசுகொடுத்தாலும் வாங்கமாட்டார். அவருக்கு யாரிடம் வாங்கத் தோன்றுகிறதோ அவரிடம் மட்டுமே கை நீட்டுவார். அவர் அப்படிக் கேட்கும்போது யாருக்கும் கொடுத்துவிடத் தோன்றும்.

அவர் திடீரென்று போக்குவரத்து நிறைந்த சாலையின் நடுவில் நின்றுகொண்டு, கலவையான நளினங்களை வெளிப்படுத்தி, புதுவகையாக ஆட்டம் ஆடினார். சுற்றிச் சுற்றி ஏதோ பாடினார். 'சட்'டென்று ஆட்டத்தையும் பாட்டையும் நிறுத்தியவர், அழுக்கான

தனது உடைகளிலிருந்து ஐநூறு, ஆயிரம் ரூபாய்த்தாள்களை உருவி, "ஹையா... இனி செல்லாது... ஹையா... இனி செல்லாது..." என்று சூறைவிட்டார்.

கூட்டம் அவரைச் சுற்றிநின்று வேடிக்கைப் பார்த்தது. பணத்தை அவர் சூறை விடுவார் என்பதை யாரும் எதிர்பார்க்கவில்லை. காற்றில் அலையாடிப் பறந்து தரையில்விழுந்த சூறைநோட்டுகளை கூட்டம் பொறுக்கிக்கொண்டது.

பரிதாபத்துடன் அதைப்பார்த்த வேணுகோபால் தானும் அந்த நபர்போல ஆகிவிடுவோமோ என்ற கலக்கத்துடன் தெருவையும் கடைகளையும் வேடிக்கைப் பார்த்தபடி நடந்தார். ஐநூறு, ஆயிரம் ரூபாய் நோட்டுகள் செல்லும் என்று அறிவிக்கப்பட்ட பெட்ரோல் நிரப்பும் மையங்களில், "நூறு, அம்பது சில்லரை நோட்டு இல்ல. இருக்குறத கொடுக்குறோம். இல்லையா ஐநூறு ரூவாய்க்கும் போட்டுக்குங்க. அப்டியும் இல்லையா... சில்லரை நோட்டு வர்றவரைக்கும் காத்துருங்க!" என்றார்கள்.

ஆயாசமாக வீடுதிரும்பிய வேணுகோபால், மனைவியிடமும் மகளிடமும் தனியார் நிறுவன ஊழியரொருவர் எழுதும் நாட்குறிப்புபோல ஒன்றுவிடாமல் சொன்னார். "என்ன பண்றதுன்னும் தெரியல! அது எப்டி முடியுமுன்னும் தெரியல!"

"சரி- அதுவொரு பக்கம் கெடக்கட்டும்- செய்யவேண்டிய வேலைக எவ்வளவு இருக்குத் தெரியுமா? இன்னும் சொந்தக்காரங்கள்ல ரொம்பப் பேருக்கு நாம அழைப்பு சொல்லல!"

"நீ ஒம்பேச்சத்தான் பேசுவே!"

விடுபட்ட உறவினர்களுக்கு வேணுகோபாலும் அவர் மனைவியும் நேரம் கிடைக்கும் போதெல்லாம் மகளின் திருமணத்துக்கான அழைப்பிதழ் கொடுத்துவந்தார்கள். மீதி நேரத்தில் அவர் வங்கியில் போட்டுவைத்திருந்த பணத்தை சொட்டுச் சொட்டாக எடுப்பதிலும் கையில் கடனாக வாங்கிவைத்திருக்கும் பணத்தை எப்படி மாற்றுவது என்பதிலும் அலையாடிக்கொண்டிருந்தார். வங்கிகளில் கூட்டம் குறைவதாகயில்லை. அனுமார் வாலை ஒத்திருந்தது. எப்போது போனாலும் ஐநூறுபேருக்குக் குறையாமல் நின்றுகொண்டிருந்தார்கள்.

நாளொன்றுக்கு நூறுபேர் வரையில் வந்துபோன வங்கிகளில்

அறிவிப்புக்குப்பின் பல நூறு மடங்குகளாக வாடிக்கையாளர்களின் வருகை உயர்ந்திருந்தது. போலிஸ்காவலும் இருந்தது.

அந்த வங்கியில் வேலைசெய்யும் அலுவலக உதவியாளர் ஒருவர் அம்மன் டீக்கடையில் பழக்கமாகியிருந்தார். டீ வாங்க வந்திருந்த அவரைப் பார்த்தபோது, தனது நிலைமையை வேணுகோபால் பரிதாபமாகச் சொன்னார்.

“வாங்க... நான் உள்ளே கூட்டிட்டுப் போயிர்றேன். ஆனா அங்கே நீங்க உள்வரிசைல நின்னுதான் கட்டணும். போவோமா?”

அப்போது பார்த்து வேணுகோபால் கையில் பணத்தை வைத்திருக்கவில்லை. பணம் வீட்டில் இருந்தது. வங்கிக்குள் எளிதாக நுழைவதற்கு ஓர் அரிய வாய்ப்புக் கிடைத்தும் அதை பயன்படுத்த முடியாமலிருக்கிறதே என்று மறுகினார். “சரிவிடுங்க... நாளைக்கு வாங்க. உள்ளாறக் கூட்டிட்டுப் போறேன்!”

ஐந்துலட்சத்தில் பாதியை தனது கணக்கில் கட்டிவிட்டு, மீதியை மகள் கணக்கில் போட்டுவிடலாம் என்று வேறு வழியில்லாமல் வேணுகோபால் முடிவுக்கு வந்திருந்தார். ஒரே வேலையாக இரண்டும் முடிந்துவிடும் என்ற நம்பிக்கை வந்திருந்தது. மற்றதை பின்னால் பார்த்துக் கொ ர்ளலாம்.

அந்த உதவியாளர் சொன்னது மட்டுமல்லாமல், இன்றே வங்கியின் பின்வாசல் வழியாக வேணுகோபாலை உள்ளே அழைத்துப்போய், நாளைக்கு பணம்போடுவதற்கான சலான்களையும் அதனுடன் என்னென்ன கொண்டுவர வேண்டும் என்ற பட்டியலையும் சொல்லியனுப்பினார்.

அதற்கிடைப்பட்ட நேரத்தில், வேணுகோபால் வங்கியை தனது பார்வையால் மேய்ந்தார். இன்றும் வங்கியின் மேனேஜர் கண் ணாடி அறைக்குள் இரண்டுமூன்றுபேர் இருந்தார்கள். கண்ணாடி அறையைத் தாண்டி அவர்கள் பேசும் சப்தம் வரவில்லை.

சலானை வாங்கிக்கொண்டு உதவியாளர் திறந்துவிட்ட பின்வாசல் வழியாக வெளியேறி, வீட்டுக்கு நடந்தபோது, செல்போன் ஒலித்தது. ராஜசேகரன் அழைத்துக் கொண்டிருந்தான். பணம்கொடுத்தவன். எடுத்துப்பேசினார். “சேகரு... சொல்லு சேகரு!”

தொடர்பு ‘சட்’டென்று அறுந்துபோனது. திரும்ப அழைத்தார். எதிர்முனை தொடர்பு எல்லைக்கு அப்பாலிருப்பதாகச் சொன்னது.

இரண்டுமூன்றுமுறை அழைத்துப் பார்த்தார். லேசான பதற்றம் வந்துவிட்டது. 'எதற்காக அழைத்திருப்பான்?'

அவன் உதவிதான் செய்தான். நல்ல மனசுக்காரன். நிறைய பேருக்கு அப்படி கொடுத்து உதவியதை வேணுகோபால் அறிந்திருந் தார். நாம் கைநீட்டி வாங்கிய நேரத்தில் பணமதிப்பு இழப்பு என்று அரசாங்கம் அறிவித்ததற்கு அவன் என்ன செய்வான்? தெரிந்து அவன் யாருக்கும் இழப்பு வருவதுபோல நடந்துகொள்ள மாட்டான் என்று நம்பினார். மறுபடியும் ராஜசேகரை தொடர்புகொள்ள முயன்றுகொண்டேயிருந்தார்.

5

இரண்டுநாட்களாக நீரவ் கோவ்லாவை மதுக்குமாரால் தொடர்புகொள்ள முடியவில்லை. வழக்கமான எண்ணுக்கு அழைத்தபோது சொன்ன தகவலையே, ரகசிய எண்ணுக்கும் 'செயல்பாட்டில் இல்லை' என்று செல்போனின் இனிய குரல் மிழற்றியது. அப்படிச் செய்பவர் இல்லை, அவர். அழைத்தவுடன் எடுக்க முடியவில்லையென்றாலும் அன்றிரவுக்குள் அவராகவே அழைத்துப் பேசிவிடுவார்.

'யெஸ்மேன். பிஎம் டிவில பப்ளிக் ஸ்பீச் தர்றாரு பாரு. இந்த நெலமைல பிராஜக்ட்போட்டு நாக்கை வழிக்கக்கூட முடியாது!' என்று சொன்னவர், அதன்பிறகு தொடர்பிலிருந்து அறுபட்டுப்போனார். திருமணச்செலவுகளுக்கு அவர் பணம்கொடுப்பதாக வாக்குக் கொடுத்திருந்தார். அதையொட்டி அவன் நிறைய 'கமிட்மெண்ட்'களை செய்து வைத்திருந்தான். திருமணத்துக்கு பதினேழு நாட்களே இருக்கும் நிலையில் தொடர்பு எல்லைக்கு வெளியே போய்விட்ட அவரை எண்ணி நொந்துபோனான். நண்பர்களின் 'தண்ணீர்' உள்ளிட்ட இதர தொல்லைகளிலிருந்து மீளவேண்டும். நெருக்கமானவர்களுக்கு புதுத்துணி

வாங்கித்தர வேண்டும். அவர்கள் செய்ததற்கு மாறு செய்யவேண்டும். 'எப்படி இதையெல்லாம் கடப்பது?' என்ற கவலை அவனை ஆக்கிரமித்தது.

பணமதிப்பை இழந்த ஐநூறு, ஆயிரம் ரூபாய்நோட்டுக் கையிருப்பை வங்கியில் செலுத்துவதற்கு முனைந்தவன், 'இன்னும் கொஞ்ச நாள் பொறுத்திருப்போம். யாராவது வாங்குவார்கள்' என்று பின்வாங்கிவிட்டான். அவன் கணக்கில் வங்கியில் இரண்டு லட்சம் வரையிலும் கையில் இரண்டுலட்சம் வரையிலும் இருந்தது. கையிருப்பையும் வங்கியில் போட்டுவிட்டால் பாடு திண்டாட்டம் ஆகிவிடும் என்பதை அவனது அனுபவ அறிவு கண்டடைந்திருந்தது.

பணமதிப்பு இழப்பு குறித்து, குஜராத்திகளுக்கு முன்கூட்டியே தகவல் கிடைத்து, அவர்கள் தங்கள் கையிருப்பை இரண்டுமாதங்களுக்கு முன்பே மாற்றிக்கொண்டார்கள் என்ற தகவல் பேச்சுவாக்கில் அவனையும் வந்தடைந்திருந்தது. முதல் சிலநாட்கள் அவன் அதை நம்பவில்லை. பின்னால், அதை நம்பாமல் இருக்க முடியவில்லை.

அவன் வீட்டுமாடியில் ஒரு குஜராத்தி குடும்பம் பல ஆண்டுகளுக்கு முன்பு குடியேறியது. அப்போது மதுக்குமார் நாலைந்து வயது சிறுவன். மாடியேறிப்போய் அந்த வீட்டுச் சிறுவனுடன் விளையாடுவான். அவர்களைப் பற்றியக் கதையை அம்மா சொல்வார். 'நாப்பது வருஷத்துக்கு முந்தி மதுரைக்கு வந்த குடும்பம் அது.' அண்ணனும் தம்பியுமாக இரண்டுபேர் திருமணம் முடிந்த கையுடன் குஜராத்திலிருந்து மதுரைக்கு தொழில்தொடங்கிப் பிழைக்க வந்திருக்கிறார்கள். அவர்கள் குடியிருக்கவும் தொழில் செய்ய குடோனுக்கும் இடம்தேடி அலைந்துதிரிந்து, மதுக்குமார் வீடிருக்கும் தெருவின் கடைசியில் குடோனும் அவன் வீட்டுமாடியில் குடியிருக்க இடமும் பிடித்தார்கள்.

குப்பைப் பொறுக்கும் நபர்கள் கொண்டுவரும் கழிவு பிளாஸ்டிக்கை மட்டும் அவர்கள் வாங்குவார்கள். ஊரிலுள்ள குப்பைப் பொறுக்குபவர்கள் எல்லோருமே அங்கேதான் பிளாஸ்டிக்கைக் கொண்டுவந்துப் போட்டு, காசு வாங்கிக்கொண்டு போவார்கள். டன் கணக்கில் சேரும் பிளாஸ்டிக்கை லாரிகளில் ஏற்றி, அதை குஜராத்துக்கு அனுப்பி வைக்கும் தொழிலை அவர்கள் செய்துவந்தார்கள். வாரத்துக்கு இரண்டுலாரிகளாவது புறப்பட்டுச் செல்லும். ஒருகட்டத்தில் அவர்கள் குடோன் இருந்த இடத்தை

விலைக்கு வாங்கினார்கள். அதன்பின் தினமும் ஒருலாரி கிளம்பிப் போகும். அவர்களின் வளர்ச்சியைப் பார்த்தவர்கள், 'பிளாஸ்டிக் குப்பைக்கு இடையில அவிய்ங்க சிவகாசில அடிச்ச நோட்டையும் வெச்சு அனுப்புறாய்ங்க!' என்று புரளியையும் கிளப்பினார்கள். 'இல்லை... அது உண்மைதான்!' என்று சொல்பவர் களும் உண்டு.

தொடர்ந்து குஜராத்திலிருந்து கொத்துக்கொத்தாக இங்கே குடிவந்தார்கள். அன்றாடப் புழக்கத்திலுள்ள பொருட்களை வடக்கிலிருந்து தருவித்து, மொத்தமாக விற்பவர்களாக ஆனார்கள். சேட்டுக்கடைகள் நகரத்தின் மையத்தில் முளைத்தன.

சேட்டுப்பையனின் அம்மா எம்ஜிஆர் ரசிகை. ஒருநாள் அவர் தெருவில் நடந்து போகும்போது, தினமணி டாக்கீஸில் படம் மாற்றப்படுவதற்கான அறிவிப்பு வண்டி டமாரம் அடித்துக் கொண்டுபோனது. வண்டியோடு வந்த சிறுவன் எல்லோருக்கும் நோட்டீஸ் கொடுத்தான். சேட்டுப்பையனின் அம்மாவிடம் கொடுத்தபோது, அதிலுள்ள படத்தைப் பார்த்து, அந்த அம்மா, 'ஹை... எம்ஜார்..." என்றார்.

மதுக்குமார் அதைப் பார்த்துவிட்டான். அன்றிலிருந்து அந்த அம்மாவை, "ஹை... எம்ஜார்..." என்றே அழைத்தான். அதை அந்த அம்மாவும் ரசிப்பார். கோபித்துக்கொள்ள மாட்டார். மதுக்குமார் வீட்டுமாடியில் குடியிருந்த குடும்பம், பிறகு வேறு இடத்துக்கு குடிமாறிவிட்டது. அவ்வப்போது மதுக்குமாரும் சேட்டுப்பையனும் சந்தித்துப் பேசிக் கொள்வார்கள். சேட்டைப்போலவே பையனும் தொழிலில் முனைப்பாக இருந்தான்.

கையிலிருக்கும் பணமதிப்பு இழந்த ஐநூறு, ஆயிரம் ரூபாய்நோட்டுகளை எடுத்துக்கொண்டு மதுக்குமார் அவனைச் சந்திக்கப் போனான்.

"ஏன்டா... 56 இஞ்ச்சுகளா... இந்தியாவோட பின்மண்டைலருந்து வந்து, இந்தப் பாடு படுத்துறீங்களேடா!" இடைவெளிவிட்டு சந்தித்தாலும் அவர்களுக்கிடையில் ஒரு பிணைப்பு இருந்தது. விட்ட இடத்திலிருந்த இருவராலுமே தொடர முடிந்தது.

"வாடா தீந்தமிழா!.... நீங்க காட்டுறீங்க. நாங்க செய்றோம்!" என்று துல்லியமான தமிழில் விரல் மடித்து, அசைத்து பதிலடி கொடுத்தான்.

“தார்பாய்ச்சிக் கட்டுனவய்ங்க வெவரமாத்தான்டா இருக்கீங்க!”

“அதான்டா ஸ்பெஷாலிட்டி!” இருக்கைக்குப் பக்கவாட்டிலிருந்த பணம் எண்ணும் நவீன இயந்திரம் கதறிக் கதறி நோட்டுகளை எண்ணிக்கொண்டிருந்தது. இடையிடையே, ‘இது கள்ளநோட்டு!’ என்று ஆங்கிலத்தில் மிழற்றி, அந்தத்தாள்களைத் துப்பியது. பேசிக் கொண்டே அதை, கட்டுக்குள் கூசாமல் வைத்து, ரப்பர்பேண்ட் போட்டு இன்னொரு பக்கமிருந்த செவ்வக வடிவ பிளாஸ்டிக் கூடையில் விட்டெறிந்தான்.

“என்னடா... கள்ள நோட்டுங்குது. நீ அதையும் சேத்துவெச்சுக் கட்டுற?”

“அதுனால என்ன?”

“கள்ளநோட்டுனு தெரிஞ்சும் அதை சர்குலேஷன்ல விடலாமா?”

“அதக் கண்டுபுடிக்க வேண்டியது நான் இல்ல. கவர்மெண்ட்டு. எப்ப கண்டுபுடிக்குதோ... அப்ப கண்டுபுடிச்சுக்கட்டும். சரி... என்னியத்தேடி இப்ப வந்துருக்கன்னா நீ பணம் மாத்த முடியாம இருக்கனு அர்த்தம். கரெக்ட்! எவ்வள பணம் வெச்சுருக்க? ஒரு ரெண்டுகோடி. இல்ல... மூணுகோடி!”

“டேய்... நக்கலடிக்கிறியா? இங்கன ரெண்டுலட்சம் வெச்சுருக் குறவனே நாக்கு தள்ளிக்கெடக்கான். அம்புட்டும் கைச்செலவுக்குனு வெச்சுருக்குற பணம்!”

“ரெண்டுலட்சம் வெச்சுருக்கியா?” சேட்டுப்பையன் புருவங்களை உயர்த்தினான். அதில் நக்கலும் இருந்ததை மதுக்குமார் அறியவே செய்தான்.

“ஆமா!” கொண்டுவந்திருந்த இரண்டு ஐநூறு, ஒரு ஆயிரம் ரூபாய்க்கட்டையெடுத்து மதுக்குமார் அவன் முன்னால் வைத்தான்.

அதை இடதுகையால் எடுத்த சேட்டுப்பையன், சற்றுதூரத்திலிருந்த ஒரு கூடையில் தூக்கிப்போட்டான். அப்படியே தனது கால்களுக்குக் கீழே கிடந்த நூறுரூபாய்நோட்டுக்கட்டுகள்கொண்ட இரண்டுபண்டல்களை எடுத்து, அவன் முன்னே நகர்த்திவைத்தான். “செல்லாத நோட்டு குடுத்துட்டு, செல்லுற நோட்டு வாங்குற நீ!”

“ஆமால்ல!” மதுக்குமாருக்கு இப்போது கொஞ்சம் தெம்புவந்தது. பேசிவிட்டு, அவன் எழுந்தபோது, சேட்டுப்பையனுக்கு ஒரு அழைப்பு. “ஹாஞ் ஜீ. போலோனா. இதர் சோட்டாலால் ஹன்ஸ்ராஜ். ம்... ம்... ம்... ஒயிநா படி பாத் ஹே. ஹாங். ஃபோர் சீ. அச்சா... த்தீஸ் ஜாத்தா ஹே. தும் பைந்தீஸ் தேவோ!” என்றான், ஹிந்தியில்.

எழுந்துநின்ற மதுக்குமாரை நோக்கி, ‘அடுத்து சந்திக்கலாம்’ என்று கையாட்டிவிட்டு தொழிலில் மும்முரமானான்.

பணமதிப்பு இழப்புக்குள்ளான ஐநூறு, ஆயிரம்ரூபாய் நோட்டுகளை வாங்கிக்கொண்டு, செல்லுபடியாகும் நூறுரூபாய்நோட்டுகளை முப்பது சதம் கழிவில் மாற்றிக் கொடுத்துக் கொண்டிருக்கிறார்கள் என்பதை சோட்டா லால் ஹன்ஸ்ராஜ் வாயாலேயே கேட்ட மதுக்குமார் ஆடித்தான் போனான். தன்னிடம் எதையும் வாங்கிக் கொள்ளாமல் அப்படியே முழுத்தொகையைத் தந்தவனை நன்றிப் புன்னகையுடன் கடந்தான்.

ஒரு அதிரடி உத்தரவு, சமூகத்தின் பிரிவுகளில் ஒவ்வொரு படிநிலையிலும் தொழிலைத் தாண்டி, ஒருசிலருக்கு வருமானத்தையும் வேறு பலருக்கு கஷ்டத்தையும் தந்திருப்பதை ஒத்துக்கொண்டே ஆகவேண்டும். சோட்டா லால் ஹன்ஸ்ராஜ் போன்றவர்கள் பணமதிப்பு இழப்பு குறித்து கவலையில்லாதவர்களாக இருந்தார்கள்.

செல்லுபடியாகும் பணம் கையில் வந்ததும் இரண்டுநாட்களாக அவனைப் பின்னியிருந்தக் கவலை விலகியிருந்தது. மனதுக்குள் நூதன எண்ணங்கள் வந்துபோயின. ஒருவேளை பணம் மாற்ற முடியாமல் போயிருந்தால்... எத்தனைநாட்கள் வங்கி வரிசையில் நின்று கழிப்பது?

‘நமக்கே இப்படியென்றால்... தமிழரசி வீட்டில் என்ன செய்திருப்பார்கள்?’ தமிழரசியின் எண்ணை அழுத்தினான்.

இந்த அழைப்பை அவள் எதிர்பார்த்திருக்கவில்லை. சந்தோஷமாக எடுத்தாள். “ஹை... தொர பகல்ல போன் பேசுது!”

“என்னாப்பா... பேசுறதுக்கு நேரம்காலம் பாக்கணுமா?”

“அந்தளவுக்கு திருந்திட்டியா... அவ்வள நல்லவனா நீ?”

“ஒனக்குக் கெட்டவனா இருந்துக்குறேன். பணத்துக்கு என்ன பண்ணீருக்கீங்க?”

“இங்கே பார்றா… ஓ… பொறுப்பா நடந்துக்குற மாப்ளையா நீ!”

“பின்ன?”

“அறிவிப்பு வந்த நிமிஷத்துலருந்து அப்பா இன்னும் பதற்றமாவே இருக்காரு. பேங்க்ல கெடக்குற பணத்தை எடுக்க முடியலங்க்றதோட, அப்பாவோட நண்பர் கடனா தந்த அஞ்சுலட்சம் ரூவா வேற அவர்ட்டருக்கு!”

“மாத்த முடியலன்னா குடுக்கச் சொல்லு. மாத்தித் தர்றேன்!”

“அப்பா பேங்க்குக்குத்தான் போயிருக்காரு!”

“நீ எதிர்பாத்தமாதிரி ஒங்கப்பா கல்யாணத்தை கிராண்டா நடத்திருவாரா?”

“அவர நம்பறேன். எனக்காக அவர் எதையும் செய்வாரு. சரி… போனை வை!”

“என்னா… வார்த்தைல அதிகாரம் தெரியுது?”

“அப்ப… மூணுநாளா எங்கேயிருக்கேன்னே தெரியல! ஒனக்குத் தேவைன்னா பேசுவ. இல்லாட்டி அம்போ! சரி… சரி… போனை வை நீ!”

மதுக்குமாருக்கு சிரிப்பாக இருந்தது. “ஓகே… உன்கோபம் குறையட்டும்!” செல்போனை அணைத்துவிட்டு, தனது வண்டியை எடுத்தான். பாம்பறுத்தான்மடையூரானுடன் சேர்ந்து, ஒரு பீர் அடித்தால் தேவலைபோல தோன்றியது. கிளம்பினான்.

வழியில் ராஜகோபால சுந்தரத்தையும் பாலமுருகனையும் பார்த்துவிட்டான். “என்னடா… ஆபீஸ்போகாம ஊர் சுத்துறீங்க?”

இரண்டுபேரும் ஃப்ரிலான்சராக இருந்தார்கள். முன்னணி பத்திரிகைகளில் அவர்கள் எழுதும் கட்டுரை வரும்.

“ஸ்பெஷல் அசைன்மெண்ட். ரன் அவுட்க்கு. பணமதிப்பு இழப்புதான் கான்செப்ட்!”

“தேத்திட்டீங்களா?”

“தேத்துறதா !... எதை விடுறதுனு தெரியல. வண்டைவண்டையா இருக்குது !”

“அப்டியா! நான்கொஞ்சம் நோட்டு வெச்சுக்கிட்டு மாத்தமுடியாம தேஞ்சுட்டேன் !” ஒன்றும் தெரியாததுபோல மதுக்குமார் கேட்டான்.

“அதெல்லாம் நமக்குத்தான் மாமா! இந்த ஏழூரான் கோஷ்டி இருக்கானுக பாரு. ஒவ்வொருத்தனுக்கும் வரிசை வீடுக நாலஞ்சுனு இருக்கா. வரிசைக்கு இருபது வீடுகளாச்சும் இருக்கும். அதுல குடியிருக்குறவங்கக்கிட்ட மூணுமாசத்துக்கு வாடகை வேணான்னுட்டாய்ங்களாம். அதுக்கு பதிலா அவங்க கைல ரெண்டரை லட்சம் குடுத்து, அவங்கவங்க பேங்க் கணக்குல போடச்சொல்லி, வாரத்துக்கு இருபத்திநாலு ஆயிரம்... அப்டியில் லாட்டி எவ்வள அதிகமா எடுக்க முடியுமோ அவ்வளவு எடுத்துத் திருப்பித் தரச்சொல்லியிருக்கானுவோ. என்னா டெக்னிக் பாரு? ஒவ்வொருத்தனும் வட்டிக்கு விட்டு, சாக்னா கடை ஏலம் எடுத்து, கோடிக்கணக்குல சேத்துவைச்சுருக்காய்ங்க. இவங்களும் மூணுமாச வாடகைக்காசுக்கு ஆசைப்பட்டு வரிசைல நிக்கிறாய்ங்க!” பாலமுருகன் ஆச்சரியமாகச் சொன்னான்.

“பணமதிப்பு இழப்புக்கு பிரதமர் அம்பதுநாள் கெடுதான் குடுத்தாரு. இவிங்க நோட்டு மாத்துக்கு மூணுமாச சலுகை குடுத்துருக்காய்ங்க!”

“அவனுக கதை இதுன்னா, இந்தக் ‘கொரங்கு’ செல்வம் கதை இன்னும் பரிதாபம்டா... எத்தனை படத்துக்கு பைனான்ஸ் செஞ் சான்? எல்லாமே நல்லா ஓடி, காசு அள்ளுன படங்க. எவ்வள ஆளுக அவனச் சுத்தியிருந்தாய்ங்க? எத்தனைபேரு கழுத்துல துண்டுபோட்டு இழுத்தான். ரெண்டுவாரம் பொறுத்துக்கச் சொன்ன புரடியூசர் ஆனந்த மூர்த்திய தற்கொலை செய்யவெச்ச அவன் இப்போ, ‘பணம்தர்றேன்... மாத்தித் தாயேன்... மாத்தித் தாயேன்’னு ஆளாளுக்குக் கெஞ்சுறான், மாப்ளே!”

“அப்போ- அடுத்தவாரம் சூடா ஒரு ஆர்டிகிள் வருது! அப்டித்தானே- ஓகே. அப்டியே ஆளுக்கு ஒரு பீர் ஊத்துவோமா?”

“மேட்டர் எடுத்து சூடாகியிருக்குற எங்கள... சூப்பரா ஆத்துறடா மாப்ளே. கொய்யால... இதுதான் கல்யாணத்துக்கான ட்ரீட்னு ஒப்பேத்திறாதடா!”

“ச்சேச்சே... அந்தளவுக்கு கொடூரன் இல்லைடா நானு. ஆனா ஒண்ணு. பணம் மாத்துற விஷயத்துல ஈடுபட்டுருக்குற ஒரு ஆளையாச்சும் நீங்க எனக்கு அறிமுகப்படுத்தணும். அப்பதான் நான் நம்புவேன்!”

“ஏன்டா மாப்ளே. ஒரு பீருக்காடா நாங்க பொய்சொல்லப் போறோம்?” என்றபடி அருகிலிருந்த வங்கிக்குப் போனார்கள்.

வரிசையில் நின்றிருந்த ஏழுவூரான் வரிசை வீடுகளில் குடியிருக்கும் ஒரு ஆளை நைஸ்பண்ணிக் கேட்டார்கள். “ஆமா சார்... மூணுமாச வாடகை மிச்சம்ல்ல. இல்லாட்டி இப்பவே வீட்டக் காலிபண்ணச் சொல்வாய்ங்க. அட்வான்ஸ பழைய நோட்டா தருவாய்ங்க. அந்தக்காச வெச்சுக்கிட்டு, சட்டிமுட்டியத் தூக்கிட்டு எங்கே போறது? அதுக்கு வரிசைல நிக்கிறது பரவாயில்லைல. ராணுவ வீரர்கள் எல்லைப்புறத்துல குளிர்ல நிக்கிறத விடவா இது கொடுமை!”

ஒரேயடியாக ஒட்டுமொத்தமாய் மழுங்கிப்போன மனநிலையே எல்லாரிடமும் காணப்பட்டது.

“இதுதான்டா... நம்ம நாட்டோட லட்சணம்! இதுல மயிர புடுங்கப்போறேன். மட்டையப் புடுங்கப்போறேன்னு பேசிக்கிட்டுத் திரியுறோம். நம்மை பீர் அழைக்கிறது!”

அவர்களை மூதாட்டி ஒருவர் வழிமறித்தார். பார்க்க பரிதாபமாக இருந்தார். வண்டியில் ஏறப்போன மதுக்குமார் சாவியை அதிலிருந்து எடுத்துவிட்டான். “என்ன பாட்டி?”

“அய்யா... இந்த ரூவாநோட்ட மாத்தித்தாங்க சாமி!” என்று கெஞ்சும்குரலில் சொன்னார். கையில் சுருட்டிய ரூபாய்த்தாள் இருந்தன.

மூதாட்டியின் தோற்றமும் செய்கையும் ராஜகோபால சுந்தரத்தையும் நிறுத்தியது. “பாட்டி, ரூவாநோட்ட மாத்தணும்னா ஒங்க அடையாள அட்டை வேணும்!”

“அப்டின்னா?” கண்களைச் சுருக்கி, வலதுகாதில் கைவைத்துக் கேட்டார். அடையாள அட்டை என்பது அவருக்குத் தெரிந்திருக்க வில்லை. குரல் உயர்த்தி மதுக்குமார் ‘அப்டின்னா... என்ன?’ என்பதை விவரித்தான்.

"அதெல்லாம் என்ட்ட இல்லியேப்பா!"

"அது இருந்தாத்தான் மாத்த முடியும் பாட்டி. இல்லாட்டி உங்க புள்ளைகக்கிட்ட குடுத்து மாத்தித் தரச்சொல்லுங்க!"

அதைக் கேட்டதும் பாட்டி பதறிப்போனார். "ஆங்... எம்புள்ளைகக்கிட்டயா? வேணாம்ய்யா. அம்புட்டையும் புடுங்கிருவாங்க!" பணத்தைச் சுருட்டி மஞ்சள் பைக்குள் ஒளித்து வைத்துக்கொண்டார். கைகள் இரண்டும் நெஞ்சின் குறுக்கேகட்டி சிறு குழந்தையின் பரிதவிப்புடன் நின்றிருந்தார்.

"பாவம்டா... அந்தப்பாட்டி! எவ்வளவு பாட்டி வெச்சுருக்கீங்க!" என்று மதுக்குமார் கேட்டான். மஞ்சள் பைக்குள் சுருட்டிவைத்திருந்த நோட்டுகளை எடுத்து நீட்டினார். அதைவிரித்தால், இரண்டு ஆயிரம் ரூபாய்த்தாளும் நான்கு ஐநூறுரூபாய்த்தாள்களும் ஐந்து நூறுரூபாய்த்தாள்களும் இருந்தன. ஐந்து நூறுரூபாய் நோட்டுகளைப் பிரித்து, "இது செல்லும்...!" என்று அவர்கையில் கொடுத்துவிட்டு, மீதத்துக்கு தன்னிடமிருந்த பணத்தில் நாற்பது நூறுரூபாய்த்தாள்களை எண்ணிக்கொடுத்தான்.

"இப்ப இந்தப்பணம் செல்லும். பத்திரமா கொண்டுபோங்க!"

பாட்டி அவர்களைப் பார்த்துக் கும்பிட்டார். குழிந்த கண்களிலிருந்து கண்ணீர் கொட்டியது. "எஞ்சாவுக்குன்னு சேத்துவெச்சுருக்குற பணம்ய்யா!" தளர்நடையுடன் அவர்களைத் திரும்பிப்பார்த்துக்கொண்டே நடந்தார்.

மூவருக்கும் பீர் குடிக்கும் ஆவல் மட்டுப்பட்டிருந்தது.

ராஜகோபால சுந்தரம் தலையைச் சிலுப்பிக்கொண்டான். "*I was one of the people who supported BJP in the initial stages. But looking at the way government is commenting on the grievances of the poor, one can predict dark days ahead*" என்றான்.

"என்னடா- திடீர்னு இங்கிலிபிஷ்லயெல்லாம் பேசுற! தண்ணியடிச்சா தானே நீ இப்டியெல்லாம் உண்மைய பேசுவே."

"அண்ணனுக்கு அப்பப்ப இப்டியாயிரும்" என்றான் பாலமுருகன்.

6

வேணுகோபால் வங்கியின் அலுவலக உதவியாளர் வருகைக்காக அம்மன் டீக்கடையில் காத்திருந்தார். அவருடன் போனால், வரிசையில் நிற்காமல் வங்கிக்குள் எளிதாகப் போய்விடலாம். அவர் டீக்கடைக்கு வரும் நேரம்தான். கையில் நேற்று வாங்கிக் கொண்டுபோயிருந்த சலான்களையும் நிரப்பிவைத்திருந்தார்.

டீக்கடைக்குப் பக்கத்து மருந்துக்கடையில், டாக்டர் எழுதிய சீட்டுகொடுத்து மருந்து வாங்கிய ஒருவர், புது இரண்டாயிரம் ரூபாய்த்தாளைக் கொடுத்தார்.

"சில்லரை இல்லீங்க!"

"பழைய ஐநூறு, ஆயிரமா தர்றேன்? புது ரெண்டாயிரம் ரூபாய்தானே இது!"

"எங்களுக்கும் தெரியுது. நோட்டு புதுசுதான். குடுக்க சில்லரையிருக்கணும்ல்ல. மிச்ச காசுக்கு பழைய ஐநூறு ரூவாநோட்டு குடுக்கவா?"

பொருள் வாங்க வந்தவருக்கும் கடைக்காரருக்கும்

வார்த்தைகள் தடிக்கத் தொடங்கின. சில்லரை இல்லையென்பதை பொதுவில் கொண்டு இருதரப்புமே ஒருவரையொருவர் திட்டிக்கொண்டார்கள். கடைசியில் கடைக்காரர், "ரெண்டாயிரத்தைக் குடுத்துட்டுப் போங்க. கொஞ்சங் கொஞ்சமா மருந்து வாங்கிக் கழிச்சுக்குங்க!" என்றார்.

"ஏன் கடனுக்குக் குடுத்தா... சில்லரைக் கெடைச்சதும் நாங்க கொண்டுவந்து குடுக்க மாட்டமா!"

"வாங்க எத்தனைபேர் கௌம்பிருக்கீங்க!" என்று தொடர்ந்த பேச்சு ஒருவழியாக, ஏதோ இருநாடுகளுக்கிடையிலானப் பிரச்சனைக்கு தீர்வு கண்டுவிட்டதுபோல, இருண்டு பேரும் சமாதானமாகிப் போனார்கள்.

மருந்துக்கடைக்காரர் செல்போனில் பேசத் தொடங்கினார். "எவ்ள பேலன்ஸ் நிக்கிது? முப்பத்தாறாயிரமா! பரவால்ல... சாயங்காலம் வாங்க. ஒரு அறுபத்துநாலாயிரத்துக்கு ஆர்டர் தாரேன். கைல ஒன் லாக் தர்றேன்!"

மருந்துக்கடை ஊழியர் முதலாளியை ஆச்சரியமாகப் பார்த்தார். 'டிஸ்டிரிபியூட்டர அழவிடுற முதலாளி நல்லவர் ஆயிட்டாரா? ஆர்டரும் காசும் அட்வான்ஸா தாறாரே!'

வேணுகோபால் கடைக்காரர் போனில் பேசுவதை பார்த்துக் கொண்டிருந்தபோது, "அடடா- ரொம்ப நேரமா காத்துருக்கீங்களோ?" வேகமாக வந்த அலுவலக உதவியாளர், பிளாஸ்கில் டீ வாங்கிக்கொண்டு, "வாங்க போகலாம்" என்று அழைத்துப் போனார்.

வங்கியின் பின்வாசல் வழியாக நுழைய முயன்றபோது, அங்கு நின்றிருந்த வேன் ஒன்றில் பெரிய பெட்டி ஒன்றை இரண்டுபேர் ஏற்றிக்கொண்டிருந்தார்கள். மேனேஜரும் அங்கிருந்தார். புறப்படத் தயாரான அந்த வாகனத்தை கையசைத்து அனுப்பி வைத்த மேனேஜர், வேணுகோபாலைப் பார்த்து, "இந்தப்பக்கமா யாருக்கும் அலவுட் கிடையாது. முன்வாசல் வழியா வாங்க!" என்றார்.

வேணுகோபாலுக்குப் பின்னால் வந்த அலுவலக உதவியாளர், தன்னைப் பார்க்க தனது அண்ணன் வந்திருப்பதாகச் சொல்லிச் சமாளித்து, உள்ளே அழைத்துப்போனார்.

உள்ளேயும் வரிசை பிதுங்கி வழிந்தது. இரண்டு கௌண்டர்

களில் பணம் வாங்கினார்கள். ஆனாலும் கூட்டம் இருந்தபடியே இருந்தது. கௌண்டருக்குள் இருந்தபடி பணம் எண்ணிய ஊழியர், "எங்கனத்தான் இருந்தாய்ங்களோ இத்தனைபேரு. ஈசல் மாதிரி வந்துக்கிட்டேயிருக்காய்ங்க!" என்று விசனப்பட்டுக் கொண்டார்.

"ஒரு ஆறேழுபேர் போயிறட்டும். நான் வரிசைல சேத்துவிட்டுர்றேன்!" வேணுகோபாலை மேனேஜர் அறையின் ஓரத்தில் அலுவலக உதவியாளர் உட்கார வைத்தார்.

மேனேஜர் அறையின் கண்ணாடிக் கதவு பிரேமில் சரியாகப் பொருந்தாமல் விரலளவு இடைவெளியிருந்தது. மேனேஜர் யாரிடமோ கனிந்த குரலில் பேசிக்கொண்டிருந்தார். "ஆமா... அதுல ஃபோர் சி இருக்கு. ரொம்ப வேண்டிய கஷ்டமர். ட்வெண்டி பைவ் பேசிருக்கேன். நாம நமக்கானதை எடுத்துக்கிட்டு குடுக்குறதாத்தான் டீலிங். ஒன் சி நமக்கு. பிப்டி பிப்டி!" கம்மியக் குரலில் பேசுவது இடைவெளிவழியே கசிந்துவந்தது.

வேணுகோபால் பரிதாபமாக வரிசையில் நின்றுகொண்டிருப் பவர்களைப் பார்த்தார். அவர் அப்படிப் பார்ப்பதை உணர்ந்துகொண்ட இன்னொருவர், "இதுவொண்ணும் புதுசுல்ல. இந்தமாதிரி நடக்குறது எல்லாம் வழக்கம்தான். என்ன... இங்கேன்னா அதிகாரப்பூர்வமா ஆகிரும். மத்த இடங்கள்ல அதுக்குப்பேரு அன்அபீஷியல். அவ்வள தான்! இங்கேயாவது சொன்ன பெர்சன்டேஜோட முடிஞ்சுரும். வெளில இன்னும் சுலபமா அதிகமா மாத்துறாய்ங்க. ஒரு லட்சத்துக்கு ஒரு லட்சம் செல்லுற நூறுரூவா நோட்டு அல்லது ஐம்பது புது ரெண்டாயிரம்ரூவா நோட்டு தந்துருவாய்ங்க. கமிஷன் பர்செண்டேஜ இருபதோ, முப்பதோ தனியா வாங்கிர்றாய்ங்க. அப்டின்னா என்னாகுது. ஒருலட்சத்து முப்பது செல்லாத நோட்டுக்கு ஒரு லட்சம் செல்லுற நோட்டு. அந்த ஒருலட்சத்து முப்பத அவிய்ங்க அக்கவுண்ட்ல மாத்திருவாய்ங்க. இதுதான் இன்னிக்கு ட்ரெண்ட்!" என்றார்.

வேணுகோபால் விதிர்த்துப்போயிருந்த நேரத்தில், அவருக்கு ஒரு அழைப்பு வந்தது. செல்போனை சட்டைப் பையிலிருந்து எடுத்தார். அழைத்தது ராஜசேகரன். அழைப்பு துண்டித்துவிடாமலிருக்க ஆண்டவனை வேண்டிக்கொண்டார், "சேகரு!.."

"வேணு... என்னையா இப்டியாருச்சு? ரொம்ப கஷ்டமா இருக்குது வேணு, இக்கட்டுல மாட்டிவிட்டுட்டேனோனு.

அன்னிக்குப் பேசுனப்ப திடீர்னு டவர் கட்டாயிருச்சு. அப்பறமா வேறவேற வேலை. சரி... பணத்தை மாத்திட்டியா?"

'அந்தக்கேள்வியைக் கடந்துபோவதா... கோபப்படுவதா... இல்லை... வருத்தப்படுவதா...' என்பதை அவர் பொருட்படுத்தவில்லை. வேண்டுமென்றே தந்திருப்பான் என்றும் அவர் நினைக்கவில்லை. பணத்தைப் போட முடியாமலும் அதை மாற்ற வழியில்லாமலும் அவதியுறுவதை வேறு வேறு வார்த்தைகளால் சொன்னார். "இல்ல சேகரு..."

"பணம்போடுறதுல நிறைய சிக்கல் இருக்கு வேணு. மாத்த முடியலைனா திருப்பிக்குடுத்துரு. நான் வேற ஏற்பாடு பண்ணிக்குர்றேன். என்னா... நீ கேட்டபடி செல்லுற நோட்டு என்னால கல்யாணத்துக்குள்ள குடுக்க முடியாது. வேற ஏற்பாடு பண்ணிக்க!"

தொண்டைக்குள் போனதை விரல்விட்டு எடுப்பதுபோல இருந்தாலும் ஈரத்துணியை யார்தான் இடுப்பில் சுற்றிக்கொண்டு திரிவார்கள்? வேணுகோபாலுக்கு அந்த வார்த்தைகள் ஆசுவாசமாக இருந்தன. பணமதிப்பு இழந்த நோட்டுகளை மாற்றுவதற்காக அல்லல்படுவதற்கு, கொடுத்தவனே கேட்கும்போது மறுக்காமல் தந்துவிடுவதுதான் புத்திசாலித்தனம் என்பதை அவர் உணர்ந்தார். "கொண்டுவந்து தந்துர்றேன் சேகரு!"

அலுவலக உதவியாளர் கௌண்டரில் இருந்தவரிடம் சொல்லி விட்டு, வேணுகோபாலை வரிசையைக்கடந்து அழைத்துப்போக வந்தார். "சொல்லிட்டேன். கட்டிருங்க!"

"இல்லை. பணம்கட்ட வேண்டாம். தந்தவரே திருப்பிக் கேட்குறாரு. அவர் மாத்திக்குவாராம். நம்மகடன் தீந்துபோச்சு. அப்பறம்... பொண்ணு கல்யாணத்துக்கு பணம் தட்டுப்பாடு ஆகிருச்சுல்ல. மண்டபம் புடிச்சாச்சு. கல்யாணப் பத்திரிகை அடிச்சு எல்லாத்துக்கும் குடுத்தாச்சு. கணக்குல காசு இருக்கு. ஆனா எடுக்க முடியல. அதுக்கு ஏதாச்சும் வழிபண்ண முடியுமா?"

அடைபட்ட வழிகளைத் திறப்பதற்கான சாவிகள் எங்கே இருக்கும். இருட்டில் துழாவுவதுபோல வார்த்தைகளால் தடவினார்.

"அப்டியொண்ணும் தெரியல. மேனேஜர்ட்ட பேசிப்பாப்பமா?" உள்ளே அழைத்துப் போய், அறிமுகம் செய்துவைத்து, கல்யாணப்

பத்திரிகையைக் காட்டிப் பேசினார்கள்.

கதவுகள் எப்போதும் மூடியே இருப்பதில்லை. தட்டும்வகையில் தட்டினால் திறக்கத்தான் செய்கின்றன. மூடியிருக்கும் சில கதவுகள் தட்டுவதற்கு எளிதானவை. சில கதவுகள் கடுமையானவைதான். அதற்குத்தான் தொடர்ந்து தட்டச்சொல்வது. அத்தனை பரபரப்பிலும் மேனேஜர் காதுகொடுத்துக் கேட்டார். கேட்கக்கேட்க அவர் முகத்திலும் வருத்தம் படர்ந்தது. பேசுவதற்கு வேறு வார்த்தைகளில்லாமல் வேணுகோபால் அமைதியானார்.

‘இந்தப்பக்கமா யாருக்கும் அலவுட் கிடையாது. முன்வாசல் வழியா வாங்க!” என்று அப்போது கடுமைகாட்டியவர், இப்போது ஒரு சாதுபோல தொடங்கினார். “எங்களுக்கு எந்தவொரு கைடுலைன்ஸூம் வரலை. வாரத்துக்கு இருபத்தி நாலாயிரம் தர்றதுக்கே பண்ட் இல்ல. நீங்க கேக்குறது நியாயமாத்தான்படுது. ஆனா... சாத்தியம் இருக்குறதா தெரியல. பணமதிப்ப இழக்க வைக்கிறதுல கவர்மெண்ட் பர்டிகுலரா இருக்கு. இது சம்பந்தமா மேல யார்ட்ட கேக்குறதுன்னும் தெரியல. எனக்கு லிமிட் தாண்டி பணம்குடுக்குற அதிகாரமும் இல்ல. ரிக்குவிஸேஷன் எழுதிக்குடுங்க. மேல அனுப்பிவைக்கிறேன். அதுவும் ஒடனே நடக்காது. இங்கே எதுக்குமே ஏழு ஒர்க்கிங் டேஸ் வேணும்.”

கல்யாணப் பத்திரிகையை வாங்கி முன்னும்பின்னுமாகப் பார்த்தவர், வேணுகோபால் மீது சோகப் புன்னகையை வீசினார். “இந்த கவர்மெண்ட் மணி டிரான்ஸாக்ஷன்ஸ் எல்லாத்தையும் ரெஜிஸ்டர் பண்ணச்சொல்லுது. நீங்க கேக்குற அமௌண்ட் ஒண்ணும் பெரிசுல்ல. நீங்க லோன் கேக்கல. உங்க அக்கௌண்ட்ல இருக்குறதுல அஞ்சுலட்சம் கேக்குறீங்க. ஆனா அதுக்கான வழி இப்பதைக்கு இல்ல. பணம் குடுக்குறவங்களும் வாங்குறவங்களும் ஒரு ரெகுலேட்டட் லைன்ல வரணும்னு கவர்மெண்ட் நினைக்குது. அக்கௌண்ட் டு அக்கௌண்ட் டிரான்ஸாக்ஷன் வேணும்ன்னா பண்ணலாம். மண்டபத்துக்கு பணம் குடுத்துட்டீங்களா?”

“அட்வான்ஸ் இருபதாயிரம் குடுத்துருக்கேன். மீதிவாடகை, மண்டபத்துல மத்த செலவுகள் எல்லாம் ஒருலட்சத்து இருபதாயிரம் வரை வருமாம். அதை செல்லுற நூறு ரூவா நோட்டாத்தான் குடுக்கணும்னு மண்டப மேனேஜர் அறிவிப்பு வந்தப்பவே சொல்லிட்டாரு. அப்டியே சமையல்காரரும் சொல்லிட்டாரு. பணத்துக்கு எங்கே போவேன்?”

‘‘நமக்கு வேண்டிய ஒருத்தர் டெல்லில பைனான்ஸ் டிபார்ட்மெண்ட்ல இருக்காரு. அவரு சொன்னதைச் சொல்றேன். ரொக்கமா பத்தாயிரம் ரூபாய்க்குமேல பணம் கேக்குறவங்களுக்கு அல்லது நாம ரொக்கமா குடுக்க விரும்பறவங்களுக்கு பேங்க்ல அக்கௌண்ட் இல்லனு டெக்ளரேஷன் குடுத்தா, வாங்கவோ குடுக்கவோ செய்யலாம்னு ஒரு சப் ரூலை பார்ம் பண்றதா சொன்னாரு!”

“என்னங்கய்யா... என்னென்னமோ சொல்றீங்க?”

“நானாவா சொல்றேன்? மேல செய்யச் சொல்றாங்க. நாங்க செய்றோம். அவ்வளவுதான். நீங்க என்ன எனக்கு பகையாளியா? அந்த லிஸ்ட குடுங்க!”

எதெதற்கு எவ்வளவு செலவு... யார் யாருக்கு எவ்வளவு தரவேண்டும் என்று முன்கூட்டி பட்ஜெட் போட்டுவைத்திருந்த காகிதத்தை அவரிடம் கொடுத்தார்.

“இங்கே பாருங்க... மண்டபத்துக்கு மீதி அம்பதாயிரமும் பண்டபாத்திரம், சேர், கிளீனிங், மைக்செட், கரண்ட், பந்தல் அலங்காரம் எல்லாத்துக்கும் ஒருலட்சத்து இருபதாயிரம்னு போட்டுருக்கீங்க. அப்பறம் பூக்காரருக்கு பதினஞ்சாயிரம். மேளம் அடிக்குறவருக்கு ஏழாயிரம். பலசரக்கு எம்பதாயிரம். சமையல் காரருக்கு முப்பதாயிரம். சப்ளையர் வகைக்கு பத்தாயிரம். இதுல மேளம் அடிக்கிறவருக்கும் சப்ளையர் வகைக்கும் வேணும்னா நீங்க நேரடியா ரொக்கமா கொடுக்க முடியும். மத்தவங்களுக்கு மணி டிரான்ஸ்பரோ... செக்கோ குடுங்க! இது இன்னும் செயல் பாட்டுக்கு வரல. அப்டி வந்தா ரொக்கமா கேக்குறவங்க, ‘எனக்கு எந்த வங்கியிலும் கணக்கு இல்லை’னு உறுதிமொழிப் பத்திரம் தரணும்.”

“யாராச்சும் அப்டி எழுதித்தருவாங்களா சார்?”

“நான் என்ன பண்ண முடியும்? இதுதான் ரூல்னு ஒரு தகவல் இருக்கு!”

“அப்டின்னா... எனக்கு செக் புக்கூட இல்லையே!”

“அதுவும் ஓடனே கெடைக்காது. ஒரு லெட்டர் எழுதிட்டு வாங்க. உங்களப் பாத்தா பரிதாபமாத்தான் இருக்கு. சீக்கிரம் செக் புக் கிடைக்க ஏற்பாடு பண்றேன்!”

"கணக்குல காசு இருக்கு. அதையெடுத்து செலவு பண்ணலாம்ன்னா ஆயிரத்தெட்டு ரூல்ஸ் சொல்றீங்களே!"

"என்னால முடிஞ்சது என்னான்னா.." அவரிடம் பணம்எடுக்கும் சீட்டைக் கொடுத்து, நிரப்பி வாங்கி, அலுவலக உதவியாளரை அழைத்து, "இவருக்கு பத்தாயிரம் வாங்கிக் குடுங்க!" என்று வெளியில் அனுப்பிவைத்தார்.

"கவர்மெண்ட் எத்தனை நாளா சொல்லிக்கிட்டு வருது பணப்பரிவர்த்தனையை E-Governance, E-Transactionக்கு மாத்துங்கன்னு. கல்வியறிவு இல்லாதவங்களுக்கு முறையான வழிகாட்டுதலும் மத்தவங்களுக்கு கவர்மெண்ட் போதுமான அவகாசம் இன்னும் குடுக்கணும். இது உடனடி சாத்தியமெல்லாம் இல்லை!"

மேனேஜருக்கு லேசாகத் தலை சுற்றியது. ஏதோ நடக்கப் போகிறது என்பதை அவர் உள்மனம் அறிவித்தது.

7

ராணியைப் பார்க்க அவள் அண்ணன்காரன் வந்திருக்க வேண்டும். அண்ணனிடம் தங்கை ஏதோ சடவு பேசிக்கொண்டிருந்தாள். சன்னலை சாத்திவைத்தாலும் சத்தம் கேட்டுக்கொண்டேயிருந்தது. பக்கத்துவீட்டு ராணிக்கு எல்லாமே அண்ணன்தான். கண்ணின் மணிபோலவும் மணியின் நிழல்போலவும் பாசமலர் சிவாஜி — சாவித்திரி அவர்கள். கிழக்குச் சீமை விஜயகுமார் — ராதிகாவும் அவர்கள்தான். தங்கை வெங்காயம் நறுக்கும்போது சிறு சிராய்ப்பு ஏற்பட்டாலும் அவன் தனக்கு வைத்தியம் செய்து கொள்வான். தங்கைக்குப் போகத்தான் தன் வீட்டுக்குக் கொண்டுபோவான்.

பணமதிப்பு இழப்பு அறிவிக்கப்பட்ட பின்பு, அவன் ஏழெட்டுப் பத்துநாட்களாக தங்கையை நேரில் பார்க்க வரவில்லை. தொழில் தள்ளாடி, முட்டிபோட்டு உட்கார்ந்து கொண்டது. சமாளிக்க முடியாமல் திணறினான். அவனைப்போலவே தொழில் செய்யும் பலர், தேசத்தில் எதுவுமே நடக்கவில்லை என இயல்பாகவே நடந்துகொண்டார்கள்.

தங்க நகைக்கடை வைத்திருக்கும் தங்கராஜ்,

“என்ன வேணுன்னாலும் அறிவிக்கட்டும். நமக்குத்தொழில் நடந்துகிட்டேதான் இருக்கும். பழையநோட்டு புது நோட்டெல்லாம் கணக்கே இல்ல. செய்கூலியும் சேதாரமும் ஒருபோதும் நகைக்கடைக்காரனை கைவிடாது. என்னா… ஸ்டாக் குறைஞ்சுறாம ஸ்டெடியா மெயின்டெயின் பண்ணீறணும். எவ்வளவு சரக்கு வித்துருக்கோ அதே அளவுக்கு அப்போதைய ரேட்லயே சரக்கு வாங்கி வெச்சுறணும். வெலை கொறையட்டும்னு கன்னத்துல கைய வெச்சுக்கிட்டு உக்காந்துருந்தோம்னா… வண்டி பள்ளத்துல உருண்டுரும். ஏன்னா… இரும்பு, பிளாஸ்டிக் மாதிரி விலை நிர்ணயம் தங்கத்துக்கு நிலையானது இல்ல. தங்கத்தோட விலைய எவனோ… எங்கேயோ உக்காந்துக்கிட்டு நிர்ணயம் செய்றான்” என்றான் முதல்நாளில்.

மறுநாள், பணமதிப்பு இழப்புக்குள்ளான பழைய ரூபாய் நோட்டுக்கு கிலோ கணக்கில் தங்கம் விற்பனை ஆவதாக வந்து சொன்னான். பெரிய நிறுவனங்கள் சில, கிலோவுக்குக் குறையாமல் தங்கம் வாங்கினால், வீட்டுக்கே கொண்டுவந்து கொடுத்துவிட்டு, பழைய ரூபாய்நோட்டுகளை வாங்கிக்கொண்டு போவதாகவும் சொன்னான். நிறுவனங்களின் பெயரையும் சொன்னான். நகரில் பிரமாண்டமாக எழுந்துநிற்கும் கடைகள் அவை. கடனுக்கு நகை தருவதாகவும் சொன்னான். திரும்ப அவற்றுக்கு தங்கமாகவும் பணமாகவும் வாங்கிக்கொள்ளும் முறை ஒன்று இருப்பதாக அவன் சொன்னபோது, ராணியின் அண்ணனுக்கு ஆச்சரியமாக இருந்தது. ஒரு தொழிலில்தான் எத்தனையெத்தனை நுட்பங்கள்? திரும்பத் தரும்போது வாங்கிய விலைக்கு அதிகமாக அன்றைய தங்க விலை இருந்தாலும் தங்கமாகவே வாங்கிக் கொள்வார்களாம். விலைகுறைந்து போயிருந்தால், வாங்கிய தங்கத்தின் மதிப்புக்கு ஈடான பணம் மட்டும்தான் வாங்கிக் கொள்வார்களாம். அதனால் தங்க வியாபாரத்தில் நஷ்டம் என்பதே இல்லை என்று அடித்துச்சொன்னவன், அகலக்கால் வைக்கும்போதும், ஆடம்பரமாக வாழ்க்கை முறையை அமைத்துக்கொள்ளும்போதும், கடையின் ஸ்டாக்கை மெயின்டெய்ன் பண்ணாத போதும்தான் சரிவு வரும் என்றான். “இதெல்லாம் நாங்க பரம்பரை பரம்பரையா செஞ்சுக்கிட்டு வர்றதுதான். அப்பாவுக்கு அப்பா, அவங்கப்பாவுக்கு அவங்கப்பானு ஏழெட்டுத் தலைமுறை தொழில் இது. சில பேசிக்ஸ் இருக்கு. இந்த கேஸ்லெஸ் சிஸ்டமெல்லாம் தங்க நகைத்தொழில்ல எப்பவோ வந்துருச்சு!”

ராணியின் அண்ணன் தங்க நகைக்கடை தங்கராஜ் சொல்வதை

'ஆ'வென்று வாய்ப்பிளந்து கேட்டுக்கொண்டான். அவனுக்குக் கட்டடம் கட்டி விற்பனைசெய்யும் தொழில். காசு புரண்ட தொழில்தான். இரும்பு, செங்கல், மணல், சிமெண்ட் சப்ளையர், "வேணாம் சார்... நம்மளால முடியாது!" என்று பழைய நோட்டுகளை வாங்க மறுத்து விட்டார். 'தனக்கு மட்டும்தான் இப்படியா?' என்று கட்டடத் தொழில் செய்யும் மற்றவர்களை விசாரித்தால் அவர்களும் மூக்கால் அழுதார்கள்.

விலையும் வாடிக்கையாளர்களும் தொழில்நிலையும் ஒத்துப்போயிருந்த நேரத்தில் நகரத்தையொட்டி இரண்டரை ஏக்கர் நிலத்தை வாங்கிப்போட்டிருந்தான். பிளான் அப்ரூவல்வரை வந்துவிட்டது. கட்டித்தருவதாக அட்வான்ஸ் சில இடங்களில் வாங்கியிருந்தான். திடீரென்று அறிவிக்கப்பட்டுவிட்ட பணமதிப்பு இழப்பு அவனை சூறைக்காற்றாக சுழற்றியடித்து வீசிவிட்டது. வருடத்துக்கொருமுறை புயல்மழைக்கு வாக்கப்படும் காரைக்கால்போல அவன் நமுத்துப்போய்விட்டான்.

"அதுல பெரிய அரசியல் சூது இருக்கு. ரேஷனுக்கு ஆதார், கேஸுக்கு ஆதார், பேங்குக்கு ஆதார், பேளுறதுக்கு ஆதார்னு அவனுக சொன்னப்பவே முழிச்சுருக்கணும். அப்டியாரும் முழிச்சுறக் கூடாதுனுதான் தலைவன் எல்லாத்தையும் திசைதிருப்புற மாதிரி நாடு நாடா சுத்தி, இங்கே பல் புடுங்குற வேலைய அமைதியா செஞ்சுருக்கான்!"

"என்னடா சொல்ற?"

"என்ன நொன்னடா சொல்ற! அவிய்ங்க கணக்குப் போட்டது, பணமுதலைக ஓடிவந்து பணத்தை பேங்க்ல கட்டிருவாய்ங்கன்னு. ஆனா பணத்தோட ஓடியாந்தது, அன்றாடச் செலவுக்கு கைல காசு வெச்சுருந்தவன்தான். இந்த நிமிஷம்வரைக்கும் கள்ளப்பணம் வெச்சுருக்கவன், கறுப்புப்பணம் வெச்சுருக்கவன் எல்லாருமே உஜாலாவுக்கு மாறுன மாதிரி, அச்சடிச்ச புது ரெண்டாயிரத்துக்கு மாறிட்டாய்ங்க. அதுக்கு பேங்க் ஆபீசர்ஸ் உடந்தை. அவனுக்கு வேண்டியது லஞ்சம். அது எப்டி வந்தா என்ன? இதெல்லாம் வெளில தெரிற சங்கதிக. வெளில தெரியாத சங்கதி, அரசியல் சூது!"

"அரசியல் சூதா? என்னடா என்னென்னமோ பேசுற!"

"அதிரடியா அறிவிச்ச இந்தச் செய்திய தலைவனோட

கட்சிக்காரய்ங்கள்ல ஒரு சிலருக்கு மட்டுமே கசிய விட்டுருக்காய்ங்க. அவிய்ங்க எல்லாம் இந்தத்தலைவன் வளரணும்னு வம்பா நின்னவிய்ங்க. அவிய்ங்களுக்கான செஞ்சோற்றுக் கடன தீத்துக் கிட்டாரு, இவுரு. சிலருக்கு பழைய நோட்டுகள் மூலமா இடங்களை வாங்குற அசைன்மெண்டும் குடுத்துருக்காய்ங்க. எட்டாந்தேதியன்னிக்கே பலகோடிக்கு பத்திரப் பதிவு ஆபீஸ்கள்ல ரெஜிஸ்டிரேஷன் நடந்துருக்கு. இது ஒருபக்கம்னா... வடக்கே மம்தா, மாயாவதி, முலாயம், காங்கிரஸ் அத்தனைபேத்தையும் ஒரே அறிவிப்புல காலிசெஞ்சது சாதாரண விஷயமில்ல. அவங்க பணத்தை முடக்கியாச்சு. அதேவேளைல தன்னோட ஆளுகள, பணம்மாத்துற வேலைய தலைவன் கண்டுக்கல. ஏன்னா... அதுலருந்து கட்சி நிதியா பத்து பர்செண்ட் மேல அனுப்பிறணும்னு ஒரு திட்டம் கமுக்கமா செயல்படுது. பின்ன எப்டி அந்தக்கட்சிக்காரய்ங்க வீட்ல ரெய்டு நடக்குதுன்னு கேள்வி வருதா? அவிய்ங்க தலைவனவிட கில்லாடிங்க. அடங்காத மாட்டை மூக்கனாங்கயிறு போட்டு இழுக்குறதில்லையா... அப்டிதான். அவிய்ங்கக்கிட்டருந்து எடுக்குற பணத்தைப் பாரேன்... கவர்ன்மெண்ட் பிரஸ்ல அச்சடிச்சு, நேரா அங்கன போனது மாதிரியே கட்டுக்கட்டா கோடிக்கணக்குல இருக்குது. இங்கே ஏடிஎம்லயும் பேங்க்லயும் நாம வரிசைகட்டிநின்னு, தலைவர் நல்லவரு வல்லவரு... எல்லைல கொல்லைலனுகிட்டுருப்போம்!"

"அப்டீங்க்ற?"

"இந்த அப்டீங்க்றதுதான் சரியான வழிமுறை தெரியாத அரசுக்கு, திட்டமிடாம இதுபோல அறிவிப்ப தைரியமா வெளியிட வைக்குது. போ. போய் தண்ணீயக் குடி!"

பணம்மாற்றும் பிரச்சனையில் ஒருவழியாக ஆசுவாசமாகி, இன்றைக்குத்தான் ராணியின் அண்ணனுக்கு கொஞ்சநேரம் கிடைத்தது. தங்கையைப் பார்த்துவிட்டுப் போக வந்திருந்தான். "ஒம்பொண்டாட்டிப் புள்ளைகள ரொம்பநல்லா பாத்துக்கிட்டபோல!"

"ஏம்மா ராணி... அப்டி சொல்ற? ஒனக்கு என்னா கொறை வெச்சேன்!"

"கைல பொழங்குறதுக்கு சில்லரையா நோட்டில்லாம எவ்வளவு கஷ்டம் தெரியுமா? ஒம்மச்சான் போயி ஏடிஎம்ல எடுத்தாறது பூரா, அந்த பஞ்சுமிட்டாய்க் கலர் ரெண்டாயிரம் ரூவாநோட்டு தான். நீ நூறுரூவா நோட்டடா மாத்தி ஒம்பொண்டாட்டி கைல

குடுத்துருக்கியாமே. அவ போன் பண்றப்பல்லாம் பெருசா மினுக்கிக்கிர்றா. எங்க நெனப்பெல்லாம் ஒனக்கு இல்லேனுதானே அர்த்தம். என்ட்ட பேசாத!"

"அப்பா... உங்களத் தேடி ஒருத்தர் வந்துருக்காரு!" குரல் கொடுத்துவிட்டு தமிழரசி பின் பக்கமாகப் போனாள்.

இதுவரை சேர்த்துவைத்திருந்த செல்லுபடியாகும் பணத்தை எண்ணிக்கொண்டிருந்த வேணுகோபால், "யார் வந்துருப்பாங்க?" கேட்டுக்கொண்டே வராண்டாவுக்கு வந்த போது, ஐம்பதுவயது மதிக்கத்தக்க ஒருநபர் நின்றுகொண்டிருந்தார். முன்னே பின்னே அவரைப் பார்த்ததாக அவருக்கு நினைவு இல்லை. 'யாராவது மாப்பிள்ளை வீட்டுக்காரராக இருக்கலாம்' என்று எண்ணினார். கூடுதல் மரியாதையுடன், "வாங்க...!" என்றார்.

"எம்பேரு ராமசேது. விஆர்எஸ் வாங்குன பேங்க் எம்ப்ளாயி. உங்கப் பொண்ணு கல்யாணத்துக்கு சேத்த பணத்தை மாத்த முடியாம இருக்கீங்கன்னு கேள்விப்பட்டேன். எனக்கு ரெண்டுமூணு பேங்க்ல இன்ப்ளூயன்ஸ் இருக்கு. அந்தப்பணத்தை என்ட்டக் குடுத்தா மாத்தித் தந்துருவேன். கல்யாணம் மாதிரி நல்ல காரியங்களுக்காக மாத்துறதுக்கு எட்டுலருந்து பத்து பர்சென்ட் வாங்குறேன். கறுப்ப வெள்ளையாக்குறவங்களுக்கு தனிரேட். காலைல குடுத்தா சாயங்காலம் மாத்தித் தந்துருவேன். இது என்னோட கார்டு. மாத்தணும்னு நெனைச்சா நாளைக்காலைல கூப்டுங்க. வந்து வாங்கிட்டுப் போறேன்." ஒரு பிரதிநிதியின் அத்தனை அம்சங்களுடனும் கண்ணியவானின் லட்சணங்களுடனும் வெகுசீராகப் பேசினார், வந்தவர்.

இதுபோன்ற இரண்டாவது தொழிலை அல்லது நிழல் தொழிலைச் செய்பவர்களின் மூலதனமே வார்த்தைகள்தான். விளைந்த நெற்கதிர்களின் முற்றிய மணிகளைப் போல ஒவ்வொன்றும் வடிவமாக வந்துவிழுகின்றன. அந்த வார்த்தைகளில் கவர்ந்திழுக்கும் வசீகரம் இருக்கின்றது. நம்பிக்கையை உருவாக்கி, ஈர்த்து சரியாகப் பொறுத்தும் நுட்பம் இருக்கின்றது. நிச்சயமாக நடந்துமுடிந்துவிடும் என்ற உத்தரவாதம் கூடிக்கிடக்கின்றது. லேசான மயக்கத்திலிருப்பவர்களை அந்தவார்த்தைகள் கிறக்கத்துக்கு உள்ளாக்குகின்றன. அலைபாயும் மனதை மிகச்சரியாகக் கொத்திச் செல்லும் மீன்கொத்திபோல அவை வட்டமிட்டுக் கொத்திவிடு கின்றன. வேணுகோபாலும் மயக்கத்துக்கு உள்ளானார்.

மாற்றுவதற்கு கையில் காசில்லை. இப்போது வந்த ராமசேது, காலையில் வந்திருந்தால் ஒருவேளை பணத்தைத் தூக்கிக் கொடுத்துவிடுமளவில் அவர் மனம் இளகியிருந்தார்.

அதை எடுத்துச்சொன்னபோது, ராமசேதுவும் விட்டுவிடுபவராக இல்லை. "ஒருவேளை நீங்க வேற யார்ட்டயாவது கல்யாணத்துக்கு பண உதவி கேக்கலாம். மாத்தாத பணத்தை அவங்க உங்களுக்குக் குடுத்து உதவலாம். அப்ப நீங்க யோசிக்காம என்னைக் கூப்டுங்க!" ஒட்டவைத்தப் புன்னகையுடன் அவர் கிளம்பிப்போனார்.

ராமசேது பேசியதைக் கேட்டு அம்மா ஆச்சரியப்பட்டுப் போனார். வீடு தேடிவந்து மாற்றித்தருகிறேன் என்கிறாரே என்று மகிழ்ந்தார். "என்னங்க.. இப்டியெல்லாமாங்க பணத்தை மாத்துவாங்க. சம்பாதிக்கிறதுக்கு எத்தனை வழியிருக்குது பாருங்க. உங்களுக்கு ஏன் இதுமாதிரி யோசனையெல்லாம் தோண மாட்டேங்குது!"

"ஏன்... உருப்படியா மூணுவேளைக் கஞ்சி குடிக்கிறது புடிக்கலியா?"

8

“அப்டியா... இன்னும் வந்துசேரலியே!”

“நாலு சி அனுப்பிருந்தீங்க. அதுல எனக்கானதை எடுத்துக்கிட்டு மூன்ரைக்கு புது ரெண்டாயிரம்தாள் நூத்தி எழுபத்தஞ்சு கட்டு கொடுத்தனுப்பிட்டேன். ரெண்டரை மணிக்கெல்லாம் வாங்கிட்டுக் கௌம்பிட்டாய்ங்களே!”

மணி ஆறாகியிருந்தது. வங்கியின் அன்றையப் பணிகள் கிட்டத்தட்ட முடிந்துவிட்டிருந்தன. கம்ப்யூட்டரின் கணக்குப் பக்கங்களில் உள்ளே வந்ததற்கும் வெளியே போனதற்கும் நேராகயிருந்தது. அதேவேளையில், கணக்குக்கும் இருப்புக்கும் பெரிய பள்ளம் இருக்கும். மேனேஜருக்குள் பதற்றம் தொற்றியது.

“இன்னும் வரலியே!” பதற்றத்தை வெளிக் கட்டாமல் நடிக்க முயன்றார். ஆனாலும் குளிரூட்டப்பட்ட அறையில் தெப்பமாக வியர்த்தார். கமிஷன் தருவதாகச் சொன்ன கஸ்டமருக்காக கடந்த இரண்டு மூன்று நாட்களில் திரண்ட வங்கிப்பணத்தில் ஒரு பகுதியை தனியார் வங்கியில்

உயரதிகாரியாக இருக்கும் நண்பர் வழியாக, செல்லுபடியாகும் நல்லநோட்டுகளாக மாற்றி வாங்கிவர அனுப்பியிருந்தார். போனவர்கள் நம்பிக்கையானவர்கள்தான். ஆனால் திரும்பவில்லையே!

அவர்களின் எண்ணுக்கு மாறிமாறி அடித்தார். அழைப்பு போகின்றது. அவர்கள் எடுக்கவில்லை. அனுப்பியவர்கள் மீது அவர்கொண்டிருந்த நம்பிக்கை மண்குடிசைச் சுவர் மீது விழும் மழைநீராய்க் கரைந்தது. 'என்ன ஆனார்கள்? ஏன் எடுக்கவில்லை?' குழம்பிப்போனார்.

பதற்றம் மனிதனை பல்வேறு திசைகளில் பயணம் செய்ய வைக்கும். ஆனால் அவையத்தனையுமே மேலும் பதற்றத்தைத்தான் உருவாக்கும். 'பெரிய வில்லங்கத்தில் நாமாகப்போய் மாட்டிக்கொண்டோமோ!.. கமிஷனுக்கு ஆசைப்பட்டு தொரட்டைத் தூக்கித்தோளில் போட்டுக்கொண்டதில் பின்விளைவுகள் நிறையவருமே!' என்று அஞ்சினார்.

தங்கைகளின் திருமணத்துக்குப் பங்களிப்பு செய்யவேண்டியக் கட்டாயத்தில், ஓர் அண்ணனாக அந்த மேனேஜர் இருந்தார். இரண்டுதங்கைகளுக்கும் அடுத்தடுத்து வரன்கள் வந்து தகையும்நிலையில் இருந்தன. திருமணத்திற்கான பணத்தேவைகள் நிறையவே இருந்தன. பணம்புரளும் வங்கியில் மேனேஜராக இருந்தாலும் லோன் போட்டால் தான் பணம்கிடைக்கும். ஒற்றைமகன் கனடாவில்தான் படிப்பேன் என்று ஒற்றைக் காலில் நிற்கிறான். வீடுகட்டுவதற்கு வாங்கியக் கடன், மூத்த தங்கைக்கு திருமணம் செய்துவைத்த செலவுகள் என்று அல்லாடிக்கொண்டிருந்தார்.

சிலதருணங்கள் அதுவாகவே வந்தமையும். அப்படித்தான் வந்தது இந்த வாய்ப்பு. ஒரே கல்லில் மூன்று மாங்காய் அடித்துவிடவேண்டுமென்று களத்தில் இறங்கினார். காரியத்தில் இறங்கும்போதிருக்கும் துணிச்சல், எசகுபிசகாக ஏதாவது நடந்துவிடும் பட்சத்தில் பயமாக மாறி, மனிதனைப்படுத்திவிடுகிறது. நிதானம் இழக்கும்போது, விதவிதமான யோசனைகளும் அதைத்தொடர்ந்த குழப்பங்களும் கைகோர்த்துக் கொள்கின்றன. வார்த்தைகள் உடைகின்றன. சம்பந்தப்பட்டவர்கள் மீதான நம்பிக்கைக் குலைந்து அவநம்பிக்கை பிறந்துவிடுகிறது. கூடவே பரிதவிப்பும் உருவாகிறது. தன்னையறியாமல், 'எங்கேடா போய்த் தொலஞ் சீங்க?' வாய்விட்டுப் புலம்பினார். பதில்சொல்ல அவர்கள் இருக்க வேண்டுமே!

சொன்ன வேலையை சொன்னதுபோல, ‘டக்’கென்று செய்துமுடிப்பான் என்பதால் பணம் மாற்றிக்கொண்டுவர அனுப்பிவைத்த ஆளுக்கு அவர்தான் டக்ளஸ் என்று பெயர் வைத்திருந்தார். டக்ளஸுடன் போனவன் பெயர் ஜிம்மி. கார் டிரைவர். வண்டி ஓட்டும் போது பிரேக் அடித்தால், வாலைக் குழைத்துக்கொண்டு குலுங்கிக் குலுங்கி நிற்கும் நாயைப்போல கார் நிற்கும். அதனால் அவனுக்கு அந்தப்பெயர். அவர்களை அனுப்பி தனக்கே மடத்தனமாக சிக்கலை உருவாக்கிக் கொண்டிருக்கும் தன்னை என்ன பெயரிட்டு அழைக்கலாம் என்று அந்தநிலையிலும் மேனேஜர் யோசித்தார்.

மடத்தனமாக நடந்துகொள்பவர்களை அவர் சுலபமாக ‘மட்டி’ என்று விளிப்பார். தனக்கும் ‘அந்தப் பெயர் பொருந்துமோ!’

அலுவல்கள் முடிந்ததும் வங்கியைப் பூட்ட வேண்டும். போனவர்கள் திரும்பாவிட்டால் இரவுமுழுவதும் திறந்துவைக்க வேண்டிவருமோ?

ஏழுமணிவாக்கில் புது எண்ணிலிருந்து ஒரு அழைப்பு வந்தது. பதற்றமும் ஆர்வமுமாய் எடுத்தார். “சார்... ஜிம்மி பணத்தோட என் செல்லையும் தூக்கிட்டு ஓடிட்டான், சார்!” என்றான், டக்ளஸ்.

‘மதிப்பு இழந்த பணத்தை செல்லுபடியாகும் நோட்டுகளாக மாற்றி கிட்டத்தட்ட ஐந்தரை மணிநேரத்துக்கு அப்புறம் தகவல் வருகிறதென்றால், இடையில் என்ன நடந்திருக்கும்?’

மர்மத்தை யோசித்துக்கொண்டிருக்க இப்போது நேரமில்லை. “செல்லைத் தூக்கிட்டு ஓடுனதாய்யா இப்ப முக்கியம்? மாத்துன பணம் என்னாச்சு?” என்று கத்தியவர், “நீ எங்கே இருக்க!” கமுக்கமாய்க் கேட்டார்.

“பேங்க்குக்கு வர்றவழில, காபி சாப்டுட்டுப் போகலாம்னு ஜிம்மி சொன்னான் சார். அதுனால என்னோட ரூமுக்கு வந்தோம். நான் காபி போட்டுக்கிட்டுருக்கையில பின்னாடி வந்தவன், என் தலைல அடிச்சு மயங்கவெச்சு, கட்டிப்போட்டுட்டுப் போய்ட்டான் சார்!”

“என்னடா... திரைக்கதை மாதிரியே சொல்ற! எங்கடா போனான் அந்த நாயி?”

“சார், அவன நீங்க ஜிம்மினு கூப்டுவீங்க சார்!”

“எல்லாம் நாய்தான். என்னை கொலைகாரன் ஆக்கிறாத!”

பயமும் பதற்றமும் ஆத்திரமுமாக இருந்த அவர், “அப்டியே லைன்ல இரு!” என்றுவிட்டு, வங்கியின் மற்ற ஊழியர்களை வீட்டிற்குப் போகச் சொன்னார். “டக்ளஸும் ஜிம்மியும் வந்துக்கிட்டுருக்காங்க. வந்ததும் நான் பூட்டிட்டுக் கௌம்புறேன்!”

‘‘அதுவரைக்கும் தனியாவா சார் இருப்பீங்க, இந்த சிச்சுவேஷன்ல?”

“என்னைய எதுவும் புடிச்சிட்டுப் போயிறாது!”

அவர்கள் கிளம்பியதும் டக்ளஸை மீண்டும் அழைத்தார். “அந்த நாய் எங்கே போயிருப்பான்னு யோசிச்சுக்கிட்டே பேங்க்குக்கு வா. அதுக்குள்ளாற நான் எல்லாத்தையும் மூடிட்டு நிக்கிறேன்!” என்றவர் பூட்டுகளை எடுத்தார். “அட்டெண்டர் வேலைய செய்ய வெச்சுட்டானே அந்த ஜிம்மி!”

‘இனி போலீஸுக்கும் போக முடியாது. போனால் கதை கந்தல்தான். மீடியாவின் பார்வைக்கு அதைக்கொண்டுபோய் புகைப்படம் எடுத்துக்கொள்வதிலேயே மும்முரம் காட்டுவார்கள். அதுமட்டுமா? உள்ளதை மறைத்து, அவர்கள் பாணியில் புதுக்கதை ஒன்றைக் கட்டிவிடுவார்கள். ‘பழைய நோட்டுக்கு புது நோட்டு மாற்றி, கமிஷன் வாங்க முயன்ற மேனேஜரை ஏமாற்றிய வாலிபர்கள்!’

விஷயம் வெளியாகுமுன்னே ஜிம்மியைத் தேடிப் பிடித்துவிட வேண்டும். கேஷ் ஆபீசரும் அக்கௌண்டன்ட்டும் வேலைக்களைப்பில் எதுவும்கேட்காமல் கிளம்பிவிட்டார்கள். இல்லையென்றால் இந்நேரம் நொங்கு வெளியில் வந்திருக்கும். மற்றவர்கள், ‘எவன் எக்கேடு கெட்டா… எனக்கென்ன!’ என்று ஐந்தரை மணிக்கெல்லாம் குண்டி தூசியைத் தட்டிவிடுபவர்கள்.

மதிப்பு இழந்த பணத்தை செல்லும்நோட்டுகளாக மாற்றித்தந்த தனியார் வங்கியின் மேனேஜர், பிரச்சனை ஏதுமாகாதவரையில் நிச்சயமாக இதை வெளியில் சொல்ல மாட்டார். பிரச்சனையாகிவிடாமல் ஜிம்மியைப் பிடித்துவிட்டால் போதும்…

ஜிம்மி நூற்றி எழுபத்தைந்து இரண்டாயிரம் ரூபாய்க்

கட்டுகளைக்கொண்ட அந்த பெரிய பெட்டியைத் திறந்தான். பஞ்சுமிட்டாய் வண்ணத்தில் புத்தம்புதிய தாள்கள் மணத்தன. பணத்திலிருந்து வருவது செல்வலட்சுமி வாசனை. இயற்கையாகவே காகிதமரமான பைன், வாசனை கொண்டது. அதிலுள்ள ரோசின் என்றபொருள் சுகமான அடர் வாசனை நிறைந்தது. சாதாரணமாகவே ஒரு காகிதத்துக்குள் நூறுவகையான வாசனைப் பொருட்கள் ஒளிந்திருக்கின்றன.

"இவ்ள பணம் ஏதுய்யா... இப்டி மணக்குது?"

"எல்லாம் ஒனக்காகத்தான்டி செல்லம். நீ அடிக்கடி கேப்பேல்ல. எனக்குனு என்ன செஞ்சுருக்கனு. அதுக்குத்தான் இது. இந்தப்பணத்துலதான் இன்னிக்கு நாம ஜாலியா இருக்கப் போறோம்."

கதவையும் ஜன்னல்களையும் ஏற்கனவே அடைத்துவிட்டிருந்தவன், ஒவ்வொரு கட்டாய் எடுத்து, மேலே சுற்றியிருந்த காகித அடைப்பைப் பிரித்து, விட்டத்தைநோக்கி வீசினான். கட்டாய் மேலேசென்ற நோட்டுகள் கீழே ஒற்றை உதிரிகளாய்ப் பிரிந்து, காற்றில் அலையாடி, அலையாடி, அசைந்தசைந்து அறையெங்கும் நிரவின.

பெட்டியிலிருந்த அத்தனைக்கட்டுகளையும் ஒவ்வொன்றாய் எடுத்து ரசனைக்காரனாய் மேலே வீசி, அவை அலையாடி வருவதை சிறுவனின் குதூகலிப்புடன் ரசித்தான்.

"நீ எப்பவுமே இவ்ள சந்தோஷமா இருந்ததில்லைய்யா!"

"எப்பவுமே இப்டியொரு வாய்ப்பு வராதுல்லடி செல்லம்!"

இப்போது ஏழெட்டுபத்துக் கட்டுகளை ஒன்றாய்ச்சேர்த்து வீசினான். அறை முழுவதும் பஞ்சுமிட்டாய் வண்ணமாகத் தெரிந்தது. அவனும் அவளுமே பஞ்சுமிட்டாய் வண்ணத்தில் அரிதாரம் பூசியவர்களாக மாறியிருந்தார்கள்.

"யோவ்... நீ ரோஸ் மிட்டாய் கலர்ல இருக்கேயா!"

"நீ மட்டும் என்னவாம்? ரோசாப்பூ மாதிரி செவசெவன்னு ஆயிட்டப் புள்ள!"

"அட... ஆமாய்யா... சரி.... இப்ப என்ன பண்ணப்போற?"

“இந்தப்பணத்துமேல உன்னோட சேந்து பொரளப் போறேன். ஜலக்கிரீடைனு படிச்சுருக்கேன். இப்ப பணக்கிரீடைய நானே அனுபவிக்கப் போறேன். இன்னிக்கு நமக்கு ரெண்டாவது தடவை பர்ஸ்ட் நைட்!” சிரிக்கும் பொக்கைவாய் காந்தி ஒருபுறமும் பறக்கும் மங்கள்யான் மறுபுறமுமாயிருந்த பணவிரிப்பின்மேல் அவளை நிர்வாணமாக்கிக் கிடத்தினான். “பணக்காரய்ங்க மெத்தைல பணத்தை திணிச்சுவெச்சு அதுமேல தூங்குவாங்கனு கேள்விப்பட்டுருக்கேன். பழைய இங்கிலிஷ் சினிமா படத்துலயும் பாத்துருக்கேன். அப்பலருந்து எனக்கு நெறைய பணம் சம்பாதிச்சு, அதுல ஒன்னோட சந்தோஷமாருக்கணும்னு ஆசை புள்ள. வாய்ப்பு இப்டிவரும்னு எதிர்பார்க்கவேயில்லை புள்ள!”

“அதுக்காக வெளக்கு வைக்குற நேரத்துலயா!”

“ஏன்... இப்பன்னா கசக்குமோ?”

“அய்யோ... சொகம்மாருக்குய்யா!”

ரோஜாப்பூ குவியலுக்குள் தேனி சிறகடித்து முயங்குவதுபோல, அவர்களிடமிருந்து ரீங்காரம் கேட்கத் தொடங்கியது.

ஜிம்மிக்கு பயமேதும் இருக்கவில்லை. ஆசுவாசமாக அவளிடமிருந்து விலகிப்படுத்தான். சந்தோஷமும் மனதின் அடியாழத்தில் ஊறிக்கிடந்த ஆசையொன்றை நிறைவேற்றிக்கொண்ட திருப்தியும் அவனிடமிருந்தது. இந்தப்பணத்தை வைத்து உடனடியாக எதுவும் செய்துவிட முடியாது என்பதையும் வங்கிக்கு தினமும் போய்வருபவன் என்பதால் அவன் உணர்ந்தேயிருந்தான். நம்பரை வைத்துக் கண்டுபிடித்துவிடுவார்கள். ‘சிப்’ பெல்லாம் அதுல இருக்கு. ஒளிச்சுவெச்சுருக்குற இடம் தெரிஞ்சுரும் என்று மற்றவர்களைப்போல அவனும் அறியாமையில் நம்பினான். வேண்டுமானால் பதுக்கி வைத்திருக்கலாம். ஆனால் போலீஸும், வருமானவரித் துறையும் மேனேஜர் பிற்பாடு ஏற்பாடு செய்துவிடும் ஆட்களும் நோண்டியெடுத்துவிடுவார்கள் என்பதையும் அறிந்திருந்தான்.

“இப்பத்தான்யா உன்ன எனக்கு ரொம்பப் பிடிச்சுருக்கு!” செல்லம்காட்டி சிணுங்கினாள், அவள். ஏதோ ஒரு புதுவுலகுக்குள் புகுந்துவந்த திருப்தியில் அவனுக்கு ஒரு முத்தம் தந்தாள். அவளை மறுபடியும் காமத்துடன் பார்த்தான். இழுத்து அணைத்தான். பெருத்த உடம்புக்கும் தோதுதரும் ஸ்ட்ரெச் துணிபோல விரிந்து

கொடுத்தாள். இருவருக்குள்ளும் மூர்க்கம் முத்துக்குளித்தது. எதிரெதிராய் இருவரும் ஓரிடத்திலேயே இயங்கினார்கள். முடிவுறா பயணத்தை எந்த இடத்திலும் தொடங்கலாம். எந்த இடத்திலும் முடிக்கலாம். ஒவ்வொருமுறை தொடக்கமும் புதிதானது. ஒவ்வொருமுறை முடிவும் புதிதானது. உடம்புகளின் முறுக்கல் தளராது இருவரும் போரிட்டார்கள். இதில் வெற்றியும் வெற்றிதான். தோல்வியும் வெற்றிதான்!

நேரம் ஆகியிருந்தது. அவசரமாய் எழுந்தான். அறைமுழுவதும் சிதறிக்கிடக்கும் ரூபாய்த்தாள்களை பொறுக்கி, அடுக்கினான்.

"எதுக்குய்யா ரூவாநோட்ட எடுத்து அடுக்குற? இன்னிக்கு நைட் முழுசுக்கும் இப்டியே இருக்கட்டுமே. எனக்குப் புடிச்சுருக்குய்யா!"

"ஆங்... இந்நேரம் என்னையத் தேடி வலை வீசியிருப்பாய்ங்க" என்று கைகளை காற்றில் வீசிக்காட்டினான். "மொதல்ல இங்கதான் வருவாய்ங்க. அவிய்ங்க கடுப்பாகுறதுக்கு முந்தி..."

கதவு தட்டப்படும் சத்தம் கேட்டது. *"போலீஸ் வந்துருச் சாய்யா?"*

"அவ்வள சீக்கிரம் அது வராது. பேங்க் மேனேஜர் வந்துருப்பாரு. கதவத் தொற!"

அவள் கதவைத் திறந்தாள். சாவதானமாக நோட்டுகளை எடுத்து அடுக்கிக்கொண்டிருந்தவனைக் கண்டதும், மேனேஜர் அவன்மேல் ஒரு முரட்டுநாய்போல ஆக்ரோஷமாகப் பாய்ந்தார். கோபத்தில் அடித்தார். எட்டி உதைத்தார். "நாயே மூன்ரக்கோடி ரூவாய எடுத்துக்கிட்டு ஓடிறலாம்னு பாத்தியா?"

மனைவி முன்னேயே ஜிம்மி அவ்வளவையும் வாங்கிக்கொண்டு ரூபாய் நோட்டுகளை அடுக்குவதிலேயே குறியாக இருந்தான்.

"யோவ்... என்னென்னமோ சொல்லி அவுரு அவ்வளவு அடிக்கிறாரு. நீ சொரணையில்லாம அடிவாங்கிக்கிட்டுருக்க!"

அவன் சிரித்துக்கொண்டே சொன்னான். "நானாருந்தாலும் அதத்தான் செய்வேன் செல்லம். பாவம் அவரு. டென்ஷன்ல இருக்காரு. பணம்ல்ல. அதுவும் பேங்க் பணம். அய்யா எதுக்கோ ஆசைப்பட்டாரு. அவரு ஆசைல மண்ணள்ளிப் போட்டுட்டோம்னு அவர் இப்டி நடந்துக்குறாரு. நமக்கெல்லாம் பெரிய ஆசையில்ல.

நமக்கு பணம்ல்லாம் வேணாம் செல்லம். என்னா... எனக்குனு இருந்த பெரிய ஆசைய அவர் மாத்தச்சொன்ன பணத்துவழியா கொஞ்ச நேரம் அந்தப்பணத்துமேல ஒன்னோட சேந்து படுத்து பொரண்டாச்சு. என் ஆசையும் தீந்துபோச்சு. இந்தக்காசு எவனுக்கு வேணும். அதான் அடிவாங்கிக்கிட்டேன். நாமளும் தப்புல பங்கு எடுத்துருக்கோம்ல!"

"என்னடா சொல்ற?"

"மணி ஒம்பதுக்குமேல ஆயிருச்சு. மேடம் தேடுவாங்க. கொண்டுபோய் பேங்க்ல வெச்சுட்டு, வீட்டுக்குப்போக மணி பன்னண்டாயிரும். ஒக்காந்து நீங்களும் அடுக்குங்க. சீக்கிரமா போயிறலாம். மாத்துன பணத்தை பேங்குக்கு கொண்டுவர்ற வழில சின்னதா ஒரு எஞ்சாய்மெண்ட். அவ்வளதான்! இந்தப்பயட்ட சொன்னா ஒத்துக்க மாட்டான். நீங்க அனுமதிப்பீங்களா?.. புதுப் பணத்தை அதுவும் கோடிக்கணக்குல பாத்ததும்... ஆசை அத்து மீறிருச்சு. அதான்... செல்லமா ஒரு தட்டு தட்டிட்டு!.."

9

வங்கியில் பணமெடுக்கும் வரிசை வாசலைக் கடந்து, தெருவைக் கடந்து, அந்தப்பகுதியையும் கடந்து விடுவேன் என்று புயல்போல மிரட்டிக்கொண்டிருந்தது. வரிசையில் நின்றிருந்த ஒருவர் கதைப்புத்தகம் படித்துக்கொண்டிருந்தார். அவர் யாரிடமும் பேசுபவராகவும் இல்லை. மற்றவர்கள் பேசுவதைக் கேட்பவராகவும் இல்லை. வரிசை நகராமல் நிற்பதையும் அவர் பொருட்படுத்தவில்லை.

ஒருவர் ஆங்கில நாளிதழைக் கொண்டுவந்திருந்தார். பக்கத்தில் நிற்பவர் மீது இடிப்பது குறித்துக் கவலைகொள்ளாமல் அகலமாக விரித்து, வரிசையில் நிற்கும் மற்றவர்களும் வாசித்துக் கொள்ளட்டும் என்ற தயாளத்துடன் படித்துக்கொண்டிருந்தார். ஆங்கிலம் படிக்கத் தெரியாதவர்கள் பொம்மைப்படம் பார்க்க ஏதுவாக இருந்தது.

முகப்புச்செய்தியாக பாஜக நிர்வாகி வீட்டில் கைப்பற்றப்பட்ட ரூபாய் 70 கோடிக்கான புது இரண்டாயிரம் ரூபாய்நோட்டுகள் படத்துடன் செய்தியாகியிருந்தது.

“இப்பத்தானே புதுநோட்டு அடிச்சதா சொன்னாய்ங்க. ரெண்டா யிரம் ரூபா எடுக்குறதுக்கு நாக்கு தள்ள வரிசைல நிக்கிறோம். அதுக்குள்ள இவிய்ங்களுக்கு கோடிகோடியா போயிருச்சு...”

வேணுகோபால் அலுவலக உதவியாளரைத் தேடிவிட்டு, அவர் கண்ணில்படாததால் வரிசையில் நின்றார். அவருக்கு முன்னால் நின்றிருந்த ஒருவர், “ஆமா சார்... கார்ப்பரேஷன் பேங்க் கார்ட சிண்டிகேட் பேங்க் ஏடிஎம்ல பணமெடுக்க தேச்சேன். மெஷினெல்லாம் நல்லாத்தான் ஓர்க் ஆச்சு. பணம் கவுண்டாகுற சத்தமெல்லாம் கேட்டுச்சு. ஆனா டிஸ்பென்ஸ் ஆகல. பணம் எடுத்ததா மெஸேஜ் வந்துருச்சு. வழக்கமா இப்டி ஆனா அன்னிக்கே ரிவர்ஸ் ஆயிரும். ஏழு நாளாயிருச்சு. பணம் அக்கௌண்ட்ல ரிவர்ஸ் ஆகல. அப்பறம் பேங்குக்குப் போய் லெட்டர் எழுதிக்குடுத்துட்டு வந்துருக்கேன். என்னாகுதோ தெரியல. ரெண்டாயிரம்ல்ல!”

“எப்பவுமே சிடிஎம் மெஷின்வழியா பணம்போட்டா... அழுக்குநோட்டு, முனை மடிஞ்ச நோட்ட கவுண்ட் பண்ணி வெளில தள்ளிரும். ஆனா அன்னிக்கு ‘ரீடெய்ன் ஃபார் வெரிபிகே ஷன்’னு ஆயிரம்ரூவா நோட்டு ஒண்ண நிப்பாட்டி வெச்சுக்குச்சு. நோட்டு வெளில வரல. ஆனா சீட்டு வந்துச்சு. மேனேஜர பாத்துச்சொன்னா... ‘வெரிபிகேஷன்ல அது கள்ளநோட்டுன்னா கிழிச்சுருவோம். ஒங்களுக்கு மெஸேஜ் வரும். நல்ல நோட்டுனா அக்கௌண்டல சேத்துருவோம். அதுக்கும் மெஸேஜ் வரும்ன்னார். பதினஞ்சு நாளாயிருச்சு. நாம வெச்சுருக்குறது கள்ளநோட்டா நல்லநோட்டானு தெரியல. இதுவரைக்கும் எதுக்கும் மெஸேஜ் வரல!”

அப்போது ஒருவர், வேகவேகமாக வங்கிக்குள் வந்தார். பணமெடுக்க வரிசைக் கட்டி நிற்கும் கூட்டத்தை இளக்காரமாகப் பார்த்துக்கொண்டே பணத்தை செலுத்தும் மெஷினருகே போனார். அதில் பத்து புது இரண்டாயிரம் ரூபாய்த்தாள்களை வைத்து விட்டு, மற்றவர்களைத் திரும்பிப் பார்த்தார். பார்வையில், ‘எல்லாம் புது ரெண்டாயிரம் ரூவா நோட்டாக்கும்!’ என்ற மமதை இருந்தது.

‘கடமுடா... கடாமுடா...’ என்று இயந்திரம் சத்தமிட்டது. திரும்பத்திரும்ப எண்ணியது. பிறகு, இயந்திரத்தின் பணம்வைக்கும் வாய்ப்பகுதி பிளந்துகொண்டது. அதில் அவர் செலுத்திய புது இரண்டாயிரம் ரூபாய்த்தாள்கள் கசங்கிக்கிழிந்து வெளியில்

வந்தன. அதைப்பார்த்த மற்றவர்கள் சிரித்தார்கள். அந்த இடம் சந்தைக்கடைபோல ஆகிவிட்டது.

ஆங்கில நாளிதழைக் கொண்டுவந்து படித்தவர், மிகவும் மென்மையானக் குரலில், "இந்த ஏடிஎம் மெஷின்கள புது ரெண்டாயிரம் ரூவாத்தாளை ஸ்கேன் பண்ற டெக்னாலஜிக்கு இன்னும் மாத்தல. புதுநோட்ல பதிமூணு டெக்னாலஜி இருக்காம். அத ஸ்கேன் செய்ற டெக்னாலஜிக்கு மாத்த தனி எக்ஸ்பர்ட்ஸ் வரணும்!" என்றார்.

"சார்... புது ரெண்டாயிரத்தை பார்ல வாங்க மாட்டேங்க்றாங்க சார்!"

"உங்கக் கவலை உங்களுக்கு சார்... இப்டி வீணா வரிசைல நிக்கிறதுனால எவ்வளவு மனித உழைப்பு வீண் தெரியுமா? நாட்டோட பொருளாதாரத்தை சீரமைக்குறதா சொல்லீட்டு, மனித உழைப்பை வீணடிக்குறதால இந்த அரசு என்னசெய்ய நினைக்குதுன்னு தெரியல. சிதம்பர ரகசியம்கூட தெரிஞ் சுக்கிட்டாங்க. இந்த 'நொட்டு' ரகசியத்த தெரிஞ்சுக்க முடியல. இப்ப தமிழ்நாட்டுல பாருங்க... அரசியல்கூட பரபரப்பு இல்லாமப் போயிருச்சு. ஒருகட்சிகூட சவுண்டு குடுக்கலியே. சம்பாதிச்சப் பணத்தை செலவுக்கு எடுக்கக்கூட முடியலயேங்க்ற கவலை, நரி எந்தப்பக்கம் போனா என்னன்னு அரசியலையும் பின்னுக்குப்போக வைச்சுருச்சு. கைல கார்டு வெச்சுக்கிட்டு, 'நொட்ட' பேசுறவிய்ங்கதான் இது நல்லது... அது நல்லதுன்னு பேசுறாய்ங்க. தேசபக்திக்காக இன்னும் எத்தனை அம்பதுநாள் பொறுத்துக்கணுமோ!"

"தொண்ணூறு சதவீதக் கறுப்புப்பணம் இங்கேயா இருக்குது? அது அரசாங்கத்துக்கு தெரியாதா? எல்லாம் வெளிநாட்டுல இருக்குது. அதப் பதுக்குனவங்களுக்கு அந்த பேங்குக நம்ம ஐநூறு, ஆயிரம் ரூவா நோட்டையா தரப்போகுது. அந்தநாட்டுப் பணத்தைத்தானே தரும். இந்தத்திட்டம் அந்த கறுப்புப் பண சுரண்டல்காரர்களுக்கு ஆதரவானதுதான்ங்க்றது ஏன் இந்த சனங்களுக்குப் புரியமாட்டேங்குது. இந்த லட்சணத்துல கறுப்புப் பணத்தை எப்டி ஒழிப்பாய்ங்க!"

"ஆமாசார்... கள்ளநோட்டு எங்கே சார் வெளில வந்துருக்கு? பிரதமரோட அனௌன்ஸ்மெண்ட் என்னா... கறுப்புப் பணம், பாகிஸ்தான் அச்சிட்டு ஊடுருவவிட்டப் பணத்தைக்

கட்டுப்படுத்துறதுன்னுதான சொன்னாரு. இத்தனை நாளாயிருச்சுல்ல. பதிநாலு லட்சம் கோடி பணம் வந்துட்டதா ஆர்பிஐ சொல்லுதுல்ல. அதுல எவ்வளவு பணம் கறுப்புப்பணம்... பாகிஸ்தான் ஊடுருவவிட்ட பணம் எவ்வளவுனு கணக்கு வந்துச்சா? ஒரு பேங்க்லயுமா ஒரு கள்ளநோட்டுக்கூட சிக்கல... இப்ப நிதியமைச்சர் என்ன சொல்றாரு... பணப்பரிமாற்றத்தை மின்னணுமுறைல நடத்தணும்னுதான் இதச்செஞ்சோம்ங்க்றாரு... அப்ப அன்னிக்குச் சொன்னது பொய்தானே...!"

அந்த வரிசையில் ஐம்பதுவயது மதிக்கத்தக்க இரண்டுபெரியவர்கள் நின்றிருந்தார்கள். ஒருவர் மற்றவரிடம் பிரதமர் நரேந்திர தாமோதர் மோடியை, 'ஆகா... ஓஹோ... பிரதமரோட திட்டம் என்னன்னு மக்களுக்குப் புரியல' என்று புகழ்ந்துகொண்டிருந்தார். இவர்களையெல்லாம் மோடி எதன்மூலம் சம்பாதித்தாரென்பது ஆச்சரியமாக இருந்தது. அவ்வப்போது, வரிசையில் நிற்கும் மற்றவர்களின் முகங்களைப் பரவசத்துடன் பார்த்துக்கொண்டே பேசினார்கள்.

வேணுகோபால் எந்தவொரு உணர்ச்சியையும் காட்டாமல் நின்றுகொண்டிருந்தார். இப்படிப் பேசுபவர்களுடன் அவர் எப்போதுமே இணக்கமாக இருந்ததில்லை.

இருவரில் ஒருவர், மிகுந்த புகழ்மயக்கத்துடன், "ஆனா ஒன்னுசார்... வாரத்துக்கு ரெண்டாயிரம் ரூபா போதும்சார். காசு இருந்தாத்தானே தப்புதண்டா நடக்குது. கண்டதயும் வாங்கச் சொல்லுது. வெறும் ரெண்டாயிரம் ரூவா மட்டும் இருந்துச்சுனு வெச்சுக்குங்க... யாருக்கும் செலவுமில்ல. தப்புதண்டாவும் நடக்காது. ஊரே கொஞ்ச நாளா அமைதியாருக்கு பாத்தீங்களா? பத்துபதினஞ்சு நாள்ல எங்கயாச்சும் கொலை கொள்ளை சம்பவம் நடந்துருக்கா. ஏதும் கேள்விப்பட்டீங்களா?" என்றார்.

வேணுகோபால் பேசாமல் இருந்தார்.

"என்னா... பேச மாட்டீங்க்றீங்க!"

அவர் வற்புறுத்திக் கேட்டதால், "இல்லீங்க. எனக்கு அவ்வளவா வெவரம் பத்தாதுங்க!" என்றார்.

"என்னா சார். பார்க்க ஆபீசர் மாதிரிருக்கீங்க. அறிவுக்களை சொட்டுது. வெவரம் பத்தாதுன்னு சும்மா சொல்றீங்க. என்னா...

நான் சொல்றது சரிதானே!"

"நீங்க இப்போ எதுக்கு வரிசைல நிக்குறீங்க?"

"இதென்னக்கேள்வி? பணம் எடுக்கத்தான்!"

"ரெண்டாயிரங்களா?"

"இல்லீங்க. இருபத்துநாலாயிரம். வாராவாரம் வந்து எடுத்துட்டுப் போயிருவேன்."

"அப்டியா? உங்க வீடு எங்கே இருக்குது?"

ஞானவான்போல பேசியவருக்கு 'சுருக்'கென்றது. "அதெதுக்குக் கேக்குறீங்க?"

"இல்ல... அந்த ஏரியாவுல ரெண்டாயிரத்துக்குமேல பணம் எடுக்காத மானஸ்தய்ங்க எத்தனைபேரு இருக்காய்ங்கனு தெரிஞ்சுக்கத்தான். அப்பறம், நீங்கவேற வாரத்துக்கு இருபத்துநாலாயிரம் எடுக்குறதா சொன்னீங்க. செலவுபண்ணாம வீட்டுல வெச்சுருப்பீங்க. பத்துப்பதினஞ்சு நாளா இந்தக் கொலை, கொள்ளை எல்லாம் நடக்கலைன்னு சொன்னீங்கள்ல. நானும் இந்த வயசுவரைக்கும் கொலை, கொள்ளை எப்டி நடக்கும்னு நேரடியா பாத்ததில்ல. உங்கவீடு எங்கருக்குனு தெரிஞ்சா வந்து பாத்துக்கலாம்ல!"

'என்னா... நான்சொல்றது சரிதானே!' என்று அறிவாளியாகப் பேசிய அவர் வரிசையிலிருந்து விலகிப்போய்விட்டார்.

"சார்... என்னா கௌம்பிப் போறீங்க? ஒங்க மோடிக்கு ஒரு லெட்டர் எழுதுங்க. மேட்டர் நான்சொல்றேன். காசிக்குப்போய் கங்கைல உழுந்து சாகப்போறேனு ஒருத்தன் சொல்லிட்டுப் போனான். ஆறுமாசங் கழிச்சு அவன, மூணாவது பொண்டாட்டி வீட்டுல போலீஸ்காரய்ங்க புடிக்கிறாய்ங்க. அவன்ட்ட மூணரைக்கோடிக்கு புது ரெண்டாயிரம் ரூவா இருந்துச்சாம். நீங்க கெஜட்டுனு நெனைக்கிற ஹிந்து பேப்பர்லயே படத்தோட செய்திவந்துச்சு. அப்பறம்... பிஜேபி மந்திரியா இருந்தவன் அறநூத்தம்பது கோடி ரூவாய்ல மகளுக்கு கல்யாணம் செஞ்சுவெச்சான். எப்ப...? இந்த பணமதிப்பு இழப்பு அறிவிச்ச பின்னால. நாங்க ரெண்டரைலட்சம் ரூவாய மகள் கல்யாணத்து வாங்க, 'கொட்டை வேணும்... புடுக்கு வேணும்'னு பேங்க் மேனேஜர் சொல்றான். அவனுக்கு எப்டிடா பணம்போச்சுனு ஒருபயலும் கேக்கல. வருமானவரித் துறை

நோட்டீஸ் குடுத்துருக்குன்னு சொன்னீங்க... கடுப்பாயிருவேன். அந்த 'நொட்டி'க பாக்காத நோட்டீஸா? என்னடா தண்டனை குடுத்தீங்க? இன்னொரு பிஜேபிக்காரன் தனி விமானத்துல போனப்ப பிடிபட்டான். அந்த நொன்னை, பலகோடிக்கு புது ரூவாநோட்டு வெச்சுருந்துச்சு. டில்லிக்காரய்ங்க பேரச்சொன்னதும் அவனைப் பத்திரமா வழியனுப்புனாய்ங்க. இங்கே சேலத்துல ஒரு பிஜேபிக்காரன் பிடிபட்டான். 7000 கோடி ரூவா ரைட் ஆஃப் செஞ்சவிய்ங்களுக்கு இந்த அரசு என்னமா வேலை பாக்குது. இதப்பத்திப்பேச வாய்யானா... இந்த பிரதமரு தெருத்தெருவா கூவிக்கிட்டுத் திரியுறாரு. உங்க அட்வைஸ முதல்ல அந்தாளுக்குப் பண்ணுங்க. உங்கப்பேச்சையாவது கேக்குறாரானு பாக்கலாம். சார்... எங்கள மாதிரி ஆளுங்க தெனமும்வந்து பணம் எடுக்குறதால விரல்ல மை வெக்கப் போறாங்களாம். பணம் எடுத்ததுக்கு நீங்க விரல்லயும் பெருமை பேசுனதுக்கு மூஞ்சிலயும் அடையாளம் வெச்சுக்குங்க!"

சத்தம்கேட்டு ஓடிவந்த அலுவலக உதவியாளர், "இங்கே நின்னு அரசியல் பேசக் கூடாது. இது என்ன சந்தைக்கடையா?" பெருங்குரலில் கத்தினார்.

10

பணப்பிரச்சனை பெரும் மன உலைச்சலைத் தந்திருந்தது. பிரதமரின் அறிவிப்பைத் தொடர்ந்து பொருளாதாரத் துறை செயலாளர் அற்புத விளக்கைத் தேய்த்துத்தேய்த்துத் துடைப்பதுபோல சொன்ன எந்தவொரு விளக்கமும் செயல்பாட்டில் இருக்கவில்லை.

பணத்தை டெப்பாசிட்டாக வாங்கிக்கொண்ட வங்கிகள், அறிவிக்கப்பட்டத் தொகையை வாடிக்கையாளர்களுக்குத் திருப்பிக் கொடுப்பதற்கு விழிபிதுங்கி பரிதாபம் காட்டின. 'அங்கே தெறந்துருக்கு இங்கே பணம்வருது...' என்று தேசபக்தர்களுக்காக மட்டும் திறந்திருக்கும் ஏடிஎம்கள், வேணுகோபால் போன்ற சாமானியன்போகும்போது மூடிக்கிடந்தன. அலைந்துதிரிவதில் மனமும்உடம்பும் சோம்பியது. எண்ணங்களை சமநிலைப்படுத்திக்கொள்ளமுடியாமல் தடுமாறினார். மகள் திருமணத்துக்கு சம்மதித்து, அதற்கான ஏற்பாடுகள் நடந்துகொண்டிருக்கும்போது, நாட்டில் செயற்கையாகப் பணத்தட்டுப்பாடு உருவாக்கப்பட்டுவிட்டதே என்று மனம் குமைந்தார். கணக்கில் பணமிருந்தும் அதை எடுத்து அனுபவிக்க

முடியாத துரதிர்ஷ்ட நிலை அவரைத் தடுமாற வைத்தது.

அவர், அத்தனை சீக்கிரம் சோர்வடைபவர் இல்லை. ஆனால் இப்போது, 'தான் கையாலாகாத்தனத்'துடன் இருப்பதாக அவரே நம்பினார். மனசுக்குள்ளிருந்து ஆடு கத்தும் சத்தம் அவருக்குத் தொடர்ந்து கேட்டுக்கொண்டே இருந்தது. அது இயலாமையை நோக்கி அவரைத் தள்ளியது.

தூக்கமில்லாத வெண்ணிற இரவுகளும் அவருக்கு இதற்குமுன்பு இருந்ததில்லை. இதுபோலான இக்கட்டும் இதற்குமுன்பு வந்ததில்லை. செயற்கையான விஷயத்தை எப்படிக் கையாள்வது என்ற ஞானத்தை அவர் கற்றுக்கொண்டிருக்கவில்லை. யதார்த்தமான மனிதராக, எல்லாருக்கும் நல்லவராக இருந்துவிட்டார். உறவுக்குள்ளும் நண்பர்களிடத்திலும், 'வேணுகோபால் நல்லவர்' என்ற பெயரிருந்தது.

'பிரதமர் அறிவித்த துல்லியத் தாக்குதல் என்பது இதுதானா? சாதாரணர்களின் அன்றாடத்தில்.. உச்சமான ஒரு நல்ல நிகழ்ச்சியை அசாதாரணமாக்கிவிடுவதுதானோ துல்லியத் தாக்குதல்?' மகளின் கல்யாணத் தேதி நெருங்க நெருங்க, தூக்கம் வராமல் புரண்டுபுரண்டு படுத்தவரின் கனவில், பணப்பிரச்சனையால் மகளின் கல்யாணம் நின்று போய் தான் தற்கொலை செய்துகொள்வதுபோல தொடர்ச் சித்திரமாய் காட்சிகள் வந்தன.

வேணுகோபால் 'சட்'டென்று விழித்துக்கொண்டார். வியர்த்திருந்தார். எழுந்து உட்கார நினைத்து, தரையில் கை ஊன்ற முயன்றார். அவரால் அப்படிச் செய்ய முடியவில்லை. மனதுடன் உடம்பு ஒத்துப்போகவில்லை. கைகளைத் தூக்குகிறார். முடியவில்லை. கனத்த மரம்போல அவர் கிடந்தார். நெஞ்சின் மீது உட்கார்ந்து ஒருவர் அழுத்துவதுபோல உணர்ந்தார். அழுத்தும் அந்த நபரை உற்றுப்பார்த்தபோது, தாடிவைத்த ஒரு ஆளின் தோற்றம் தெரிந்தது. அந்த சாயல் பிரதமரை ஒத்திருந்தது. சம்பந்தமேயில்லாமல், வங்கிக்கு வந்து, பணமெடுக்க வரிசையில் நின்று மயங்கிவிழுந்து இறந்துபோன பலரது குரல் அவர் காதுக்குள் கேட்டது. நிதானித்து, சிலநிமிடங்களுக்குப் பின்பு வேணுகோபால் சமநிலைக்கு வந்தார்.

அந்த துர்க்கனவு உறுத்திக்கொண்டேயிருந்தது. மனைவியிடமும் மகளிடமும் எதையும் மறைப்பது அவர் வழக்கத்தில் இல்லை. ஆனால் இதை சொல்லாமல் தவிர்த்துவிட்டார். சொன்னால்

பயந்துவிடுவார்கள் என்ற பயம் அவருக்கிருந்தது. அது அவர் முகத்திலும் உடம்பிலும் தெரிந்தது.

பணத்துக்கு அவர் அல்லாடுவதைக் கண்டு, 'கல்யாணத் தேதியைத் தள்ளிவைக்கலாமே?' என்று, யாரோ யோசனை சொன்னார்கள். வேணுகோபால் மறுத்துவிட்டார். ஏதோ வேறுபல காரணங்களுக்காக அப்படித் தள்ளிவைக்கப்பட்ட கல்யாணங் களைப் பற்றி பல்வேறுவிதமான யூகங்கள் கிளம்பியதை அவர் கேள்விப்பட்டிருக்கிறார். தள்ளி வைக்கப்பட்டத் திருமணங்களில் சில நடக்காமலேயே போயிருக்கின்றன. வேறுசில புதிய பிரச்சனைகளைக் கொண்டுவந்துசேர்த்திருக்கின்றன. தன்மகளின் கல்யாணத்தில் பணப்பிரச்சனையால் அப்படியேதும் ஆகிவிடக்கூடாதென மிகவும் கவனமாக இருந்தார்.

கல்யாணத்தை சொன்ன தேதியில் மகளுக்கு கொடுத்த வாக்குறுதியின்படி 'கொஞ்சம் கிராண்டாக'வே நடத்திவிட வேண்டும் என்று மனவெழுச்சி கொண்டார்.

பத்திரிகைக் கொடுக்கும் இடங்களிலும் யாரையும் சந்திக்கும் இடங்களிலும் நண்பர்களாக இருந்தாலும் உறவினர்களாக இருந்தாலும் கேட்கும்கேள்விகளுள் ஒன்றாக, "பணத்துக்கு எப்டி சமாளிக்கிறீங்க?" என்பதும் இருந்தது.

அதைக்கேட்கும்போது, வேணுகோபால் இப்போதெல்லாம் உணர்ச்சிவசப்படுபவராக ஆகியிருந்தார். பணக்கதையை ஆதியிலிருந்து தொடங்குவார். அம்மாதான் அவரைச் சமாளித்து அழைத்துக்கொண்டு வருவார்.

கல்யாண வேலைகளுக்கு அட்வான்ஸ் கொடுத்த இடங்களிலிருந்து, "என்ன சார்... கல்யாணம் சொன்ன தேதில கன்பர்ம்தானே!" என்றுவந்த அழைப்புகள் எல்லாமே, தொடர்ந்து, 'கைல பணமாவே தந்துருங்க' என்று கோரிக்கை வைத்தன.

பணமிருந்தும் எடுக்க முடியாத அவதி, அவரை கனவுக்குப்பின் ரொம்பவே நிதானப்படுத்தியிருந்தது. கவனமாக இருந்தார். எத்தனையெத்தனை நண்பர்கள்? கேட்டதும் பணம்கொடுப்பதாக ஒத்துக்கொண்ட ராஜசேகரனைப்போல இன்னும் எத்தனைபேர் இருப்பார்கள் என்று மனசுக்குள் கணக்குப் போட்டார். நிறைய நண்பர்கள் இருந்தார்கள்.

அவர்களைத் தொடர்புகொண்ட வேணுகோபால், நிலைமையைச் சொல்லி சிறு சிறு தொகையைக் கேட்டார். சிலநண்பர்கள் அவரிடமே தங்கள் ஏடிஎம் கார்டையும் நம்பரையும் தந்து, தினமும் பணம் எடுத்துக்கொள்ளச் சொல்லிவிட்டார்கள். அப்படியாக ஏழெட்டு நண்பர்களின் கணக்கிலிருந்து தினமும் இரண்டாயிரமாக எடுத்துக்கொள்ளத் திட்டமிட்டார். சிலநண்பர்கள், வாரம் ஒருமுறை இருபத்து நாலாயிரம் எடுத்துத்தருவதாகச் சொல்லியிருந்தார்கள். தனது கணக்கிலிருந்தும் அவர் தினம் இரண்டாயிரமும் வாரம் ஒருமுறை இருபத்து நாலாயிரத்தில் மிச்சமும் எடுத்துக் கொண்டுவந்தார். சில வங்கிகளில் இன்று நாலாயிரம் மட்டுமே வழங்கப்படும் என நிரந்தர அட்டைகளைத் தயாரித்து வைத்திருந்தார்கள். இன்னும்சில வங்கிகளில் இரண்டாயிரத்துக்குமேல் கண்ணில் காட்டவேயில்லை. ‘இருந்தா தரமாட்டோமா?’ என்று பரிதாபமாகப் பேசினார்கள். பரிதாபம் கதைக்கு ஆகுமா?

கண்விழித்து எழுந்ததும் கக்கூஸ் போய்விட்டு, பல்துலக்கிக் காபி குடித்து, வாக்கிங் போகும் அன்றாடக் காலைக்கடன்களுடன் பணமிருக்கும் ஏடிஎம்களைத் தேடியலைந்து, வரிசையில் நின்றால், புதிய இந்தியா பிறக்கும் என்று யாரோ சொன்னார்களாம்... அதைச் செய்தார். இருந்தும் நிறைய பள்ளம்விழும்போலத் தெரிந்தது.

நண்பர்கள் வீட்டுக்கு வந்திருந்தபோது, அப்பாவும் அம்மாவும் தமிழரசியும் சேர்ந்து உட்கார்ந்து பட்ஜெட்டை மறுபடியும் பரிசீலித்தார்கள். குறைக்க முடிந்த செலவுகளை குறைக்கலாம் என்று திட்டமிட்டார்கள். மண்டபத்துக்குப் பேசிய தொகையைக் கொடுத்தே ஆகவேண்டும். மண்டபத்தை வைத்துதான் சமூகத்தில் மதிப்பீடு செய்யப்படுகிறது. இரவு சடங்கு நிகழ்ச்சியும் இருப்பதால், மண்டபத்தை விளக்குகளால் அலங்கரித்து ஆகவேண்டும். அடுத்தது சாப்பாடு. அதில் கைவைக்க முடியாது. திருமணங்களில் சாப்பாடு என்பது இப்போது மாப்பிள்ளை பெண்ணையும் காட்டிலும் முக்கியமானதாக ஆகிவிட்டது. நன்றாக இல்லாமல்போனால் காலம்முழுவதும், ‘வேணுகோபால் வீட்ல போட்டாய்ங்க பாரு, பாடாவதியா ஒருசோறு...’ அந்தமாதிரி ஆகிப்போய் விடும்.

சமையலுக்கு மேட்டுப்பட்டி கல்யாணசுந்தரத்தைப் பேசியிருந்தார்கள். கேட்ட பொருளை வாங்கிக்கொடுக்காவிட்டால், அவர் அடுப்புப் பக்கமே வரமாட்டார். கூலியும் பொருளும்

அவருக்கு முக்கியம். அதனால் அதிலும் கைவைக்க முடியாது.

பந்தல் அலங்காரம் மேடை டெக்கரேஷன்... அதில் கை வைக்கலாம். ஆனால் ஆகும்செலவுடன் ஒப்பிட்டால் அதுவொன்றும் பெரிதாக இருக்காது. கைவைக்கத் தோதாக இருந்த இடம், போட்டோவும் வீடியோவும். ஸ்டில்கிராபர் பிரபு காளிதாஸ் படமெடுத்துத் தர ஒத்துக்கொண்டிருந்தார். வெட்டிங் ஷூட் ஒருலட்ச ரூபாய் வாங்குகிறார். முன்பே பேசி, அட்வான்ஸ் தந்தாகிவிட்டது. அவரே வீடியோகிராபரை சென்னையிலிருந்து அழைத்துவருவதாகச் சொல்லியிருந்தார். அவருக்கு ஒருலட்சம். இந்த இரண்டையும் கைவைத்தால், திரட்டும்பணத்தில் செலவுக்கு ஒருபகுதி கட்டுப்படியாகும்.

அதைப்பேசும்போது தமிழரசியின் முகம் கோணியிருந்தது. புகைப்படங்களும் வீடியோவும்தான் நிகழ்வுகளை அழகாக்குபவை. அதில் கை வைக்கிறார்களே என்று மனதுக்குள் விசனப்பட்டாள்.

யதேச்சையாகத் திரும்பும்போது மகளின் சுணங்கிய முகம் பார்த்தார், வேணுகோபால். சேயின் வாசமறிந்த தாயுமானவர் அவர். அவருக்கு கஷ்டமாக இருந்தது. எதற்கும் ஆசைப்படாத மகள். ‘கல்யாணத்தை கிராண்டா செய்யணும்!’ என்ற ஒற்றைக் கோரிக்கை மட்டும் வைத்த மகள்.

போட்டுவைத்தத் திட்டங்களுக்கான செலவுப்பணம் போதுமான அளவுக்கு செல்லத்தக்கத் தாள்களாக இல்லாததும், அதைப்பெறுவதற்கு அப்பா படும் துன்பத்தையும் அலைச்சலையும் கண்டு தமிழரசி உள்ளுக்குள் கலங்கிப்போயிருந்தாள். அன்பான அப்பாதான். எதையும் செய்துதருபவர்தான். சூழல் அவரை சுழலாய் சுற்றவைக்கிறது.

ஒரு பின்மாலையில், “மத்தவங்க சொல்றது இருக்கட்டும்ப்பா. நானே சொல்றேன். பணம்பொரட்ட கஷ்டமாருந்துச்சுன்னா கல்யாணத்தைத் தள்ளிவைக்கலாம்ப்பா. அதுல எனக்கு ஒண்ணும் பிரச்சனையில்ல. அதுனால எந்த இழப்பும் வந்துறப் போறது மில்ல. வருத்தப்படவும் மாட்டேன். மாப்ளே வீட்டுல பேசலாம். மது என்ட்ட நல்லாத்தான் பேசுறார். புரிஞ்சுக்கிருவாரு. அவங்க அம்மாவும் அப்பாவுமேகூட ரொம்ப யதார்த்தமாத்தான் இருக்குறாங்க. என்ட்ட பேசுறப்ப அவங்க, பணப்பிரச்சனைன்னா பின்னாலக் கூட தேதிய தள்ளிவைக்கலாம்மான்னாங்க. இதே தேதிலதான்னா கோவில்லகூட சிம்பிளா நடத்திக்கலாம்ப்பா.

சூழலுக்கு ஏத்தமாதிரி நாம மாறிக்கலாம்ப்பா!” என்றாள்.

நின்றுபோகும் திருமணங்கள் ஆண், பெண் யாராகயிருந்தாலும் பாதிப்பை ஏற்படுத்தவே செய்யும் என்பதை தமிழரசி அறிந்தேயிருந்தாள். ஆனாலும் சூழல் அவளை அப்படிபேச வைத்தது.

மகளின் வார்த்தைகள் அவருக்கு இதமானதாக இருந்தன. அவளைக்கூர்ந்து பார்த்தார். மனம் அறிந்துபேசும் மகள். இதற்காகவாவது மகளின் ஆசையை நிறைவேற்றித் தரவேண்டும். “சந்தோஷமாருக்கும்மா... நீ சொல்றதக் கேக்க... பணத்தைக் காட்டிலும் முக்கியமானது நிறைய இருக்கும்மா. பணத்தை எப்டியும் சேத்துறலாம். ஆனா எல்லாவிஷயங்களையும் அப்டி சேத்துற முடியாது. சின்னச்சின்ன ஆசைகளை நிறைவேத்திக்கலன்னா அது எப்பவுமே நிறைவேறாத ஆசைகள்தான். அந்தந்தக் காலத்துல அதை நிறைவேத்திறணும். அதுதான் சரியானது. விடு. நாம் பாத்துக்குவேன். சொன்னதுமாதிரியே நடத்துவேன்!” எதற்கோ எழுந்த வேணுகோபால், மகளின் தலையை வருடிக்கொடுத்தார்.

பட்ஜெட் பற்றிப்பேசிய நண்பர்களிடம், “பட்ஜெட்ல்லாம் வேணாம்ப்பா... இன்னும் ஒரு எட்டுப்பத்துபேருட்ட இருபத்து நாலாயிரம்னு வாங்குனா, இந்தச்செலவையும் சரிக் கட்டிறலாம். புள்ளை ஆசையைவிடவா எதுவும்? விடுங்க. ஆனதைப் பாப்போம்” என்று மறுபரிசீலனை பட்ஜெட்டை ஓரம்கட்டினார். “இந்த மக்கள் எல்லாத்தையும் ஏத்துக்கப் பழகிட்டாங்க. ஆனா... ஏத்துக்கப் பழகிட்டதாலேயே அது சிறந்ததுன்னு அர்த்தம்ல்ல!”

11

நீரவ் கோவ்லாவின் அழைப்பை எடுத்தான், மதுக்குமார். "சாரி மிஸ்டர் மது. பிரச்சனை தெரிஞ்சுருக்கும். சரி பண்ணுறதுக்கு நெறைய லோல்பட வேண்டியதாயிருச்சு. ஐ ஃபீல் நவ் இட்ஸ் கேம் சம் நார்மல். பிராஜெக்ட்க்கு இந்த சிச்சுவேஷன் நமக்கு சாதகமா இருக்காது. அதனால தள்ளிப் போகும். ஐ வில் கால் யூ லேட்டர். உன்னோட அக்கௌண்ட்க்கு மணி டிரான்ஸ்பர் பண்ணீர்றேன். கல்யாணத்துக்கு வருவேன்!"

மதுக்குமாருக்கு உள்ளுக்குள் கோபமிருந்தாலும் யதார்த்தம் புரிந்தவனாக இருந்தான். "இட்ஸ் ஓகே!" என்றுவிட்டான்.

பிறகு தமிழரசியை அழைத்து, தன்னிடம் இப்போது செல்லுபடியாகும் நோட்டுகள் கையில் இருப்பதாகவும், கல்யாணச் செலவுக்கு தேவைப்பட்டால் அதைக் கொடுப்பதாகவும் சொன்னான்.

அவன் வார்த்தைகளில் இருப்பது 'கரிசனமா... உதவியா...' என்று தெரியாமல் தமிழரசி

திக்குமுக்காடிப்போனாள். ஆனாலும் நாசூக்காக மறுத்தாள். “அப்பா அதையெல்லாம் சரி பண்ணிட்டாரு. பணம் தேவையா இருக்காது. கேட்டதுக்கு தேங்க்ஸ்!”

“தேங்க்ஸ் மட்டுந்தானா!..”

“சரி... ஒருகவிதை சொல்லட்டுமா?”

“ஆத்தாடி... ஆள விடு தாயி!”

“இல்ல... சொல்வேன். சொல்லியே தீருவேன்.

‘இந்தக்குளிருக்கு
உன்பெயரை
போர்வை என்று
மாற்றுகிறேன்...’”

கல்யாண மண்டபம் களை கட்டியிருந்தது. எந்தவொரு குறையுமில்லாமல் அலங்காரமெல்லாம் அமர்க்களமாக இருந்தது. எந்த இடத்திலும் பணமதிப்பு இழப்பின் சாயலோ, பணப் பற்றாக்குறையின் நிழலோ இல்லாமல் பார்த்துக்கொண்டார், வேணுகோபால்.

மேடையில் மணமக்கள் இருந்தார்கள். வைதீக மண முறை ஓரம்கட்டப்பட்டிருந்தது. மணப்பெண்ணும் பையனுமே மிகச்சாதாரணமாக ஒரு சோபாவில் ஏதோ சுற்றுலா வந்தவர்கள்போல மௌனச் சிரிப்புடன் பேசிக்கொண்டிருந்தார்கள். “உங்கப்பா ரொம்ப கிரேட் தமிழு. பணப்புழக்கம் இவ்வள மொடக்கத்துலயும் எந்தக்குறையும் இல்லாம இழுத்துப்போட்டுச்செஞ்சுட்டாரு!” என்றான் மதுக்குமார், கிசுகிசுத்தக் குரலில்.

அப்பா பட்ட பாடுகளை அறிந்திருந்த அவள் கண்கலங்கி, முறுவலித்தாள்.

“ஆமா... இது அரேஞ்டு மேரேஜா?.. லவ் மேரேஜ் மாதிரி நடக்குது!” பிரமாண்டத்தையும் சூழலையும் பார்த்து மிரண்ட ஒருவர் ஆச்சரியமாகக் கேட்டார்.

“எல்லாத்துலயும் ஒரு நொட்டையக் கண்டுபிடிக்கிறதுலயே குறியா இருங்க!”

"எப்டியா இவ்வள காசுக்கு வேணு அரேஞ் பண்ணுனான்?"

"நாய்ப்பாடுதான்... ஆனாலும் செஞ்சுட்டான்ல்ல!"

மணமக்களுக்குப் பக்கத்தில் மேடைக்குக் கீழே நின்றிருந்த உறவுக்காரப் பெண்ணொருத்தி தமிழரசியைக் கூர்ந்துபார்த்தாள். என்னவோ குறைவது தெரிந்தது. மண்டையைப்போட்டு உடைத்துக் கொண்டாள்.

குழந்தைகள் இங்கும் அங்குமாக ஓடிக்கொண்டிருந்தார்கள். வெளியில் பலூன்காரருக்கும் குழந்தைகளுக்குமிடையில் வியாபாரம் நடந்துகொண்டிருந்தது. கல்யாண சுந்தரத்தின் கைப்பக்குவத்தில் சாம்பார் வாசனை, காலிப்ளவர் ரோஸ்ட் வாசனையுடன் மண்டபத்துக்குள் வளைய வந்தது. ஒலித்துக் கொண்டிருந்த பாடலை நிறுத்தச்சொன்னார்கள். அப்படியே தாலிச்செயினை எடுத்துக்கொடுப்பதற்காக தமிழரசியின் தாத்தாவின் தம்பியை அழைத்தார்கள். நான்கு தலைமுறையைக்கண்ட அவர், வசதியிலும் வளமையிலும் சீருடன் இருந்தார். அவர் கையால் தாலியெடுத்துக்கொடுத்தால், வசதியும் வளமும் பெருகும் என்று கைப்பிடித்து அழைத்துவந்தார்கள். வயோதிகத்தால் தடுமாறிய அவர், மெல்ல மேடையேறினார். தான் மதிக்கப்படுவதில் புளகாங்கிதமடைந்த அவர்கையில் தாலிச்செயினைக் கொடுத்து மணமகன் கையில் கொடுக்கச் சொன்னார்கள்.

தமிழரசியின் முகத்தையே ஆராய்ந்துகொண்டிருந்த உறவுக்காரப் பெண்ணுக்கு என்ன குறையென்பது புலப்பட்டுவிட்டது. மேடையேறிய அவள், பெண்ணின் கன்னத்தில் திருஷ்டிப் பொட்டு இல்லாத குறையை, தமிழரசியின் அம்மாவின் காதில் கிசுகிசுத்தாள். "பொட்டு வெச்சுவிட்டுரு. அந்தக்குறை எதுக்கு?"

"அட... ஆமால்ல. திருஷ்டிப்பொட்டு வைக்கலியே!" தமிழரசி அலங்காரம் செய்து கொண்ட மணமகள் அறைக்கு கண்மை டப்பியைத் தேடி தோழியொருத்தி ஓடினாள். அங்கே அலங்காரத்துக்காகக் கொண்டுவந்த எல்லாப்பொருட்களுமே இருந்தன. கண்மை டப்பியை மட்டும் காணவில்லை. டிரஸ்ஸிங் டேபிள், கைப்பைகள் எல்லாவற்றையும் கொட்டிக் கவிழ்த்தாள். அதைக் காணவில்லை.

"நேரமாகுது" என்று கீழேயிருந்து ஒருகுரல் வந்ததும் தோழி கீழிறங்கி வந்து விட்டாள். "கண்மை டப்பி அங்கே இல்ல!"

பக்கத்தில் கடைகள் ஏதும் இருக்கவில்லை. மண்டபம் ஊரைவிட்டுத் தள்ளியிருந்தது. அக்கம்பக்கத்திலும் வீடுகள் இல்லை. முகூர்த்தநேரம் நெருக்கிவிட்டது. யாரையும் அனுப்பி வாங்கிவரச்சொல்ல அவகாசமும் இல்லை. "கண்மை டப்பி வேணுமே... இப்ப என்ன பண்றது?"

"விடுங்க சம்பந்தி... திருஷ்டிப்பொட்டு இல்லாதது ஒருகுறையா?" மதுக்குமாரின் அம்மா 'பெருந்தன்மை'யுடன் தமிழரசியின் முகம்வழித்து, திருஷ்டி சுற்றினார்.

கல்யாணத்துக்கு வந்த உறவினர்களில் ஒருவர் வங்கியில் வேலை பார்ப்பவர். மேடையேறி வந்து பெண்ணின் அம்மாவிடம், "அத்தாச்சி... என்ட்ட விரல்ல வெக்கிற அடையாள மை இருக்கு. அதுல திருஷ்டிப்பொட்டு வைக்கிறீங்களா? அவசரத்துக்கு பாவமில்ல!" என்றார்.

"என்ன கொழுந்தனாரே... அந்த மை அழிச்சா உடனே போகாதே!"

"அதனால என்ன... பணமதிப்பு இழப்புநேரத்துல நடந்தக் கல்யாணம்னு நாலு நாளைக்கு அடையாளமா இருந்துட்டுப் போகட்டுமே!"

அடையாள மையில் திருஷ்டிப்பொட்டு வைத்த பிறகுதான் உறவுக்காரப் பெண்மணி கீழே இறங்கினாள். "இப்பப்பாருங்க... எவ்வள அழகுன்னு!"

சின்னத்தாத்தா தாலிச்செயினை வாங்கி, மதுக்குமார் கையில் வாழ்த்திக் கொடுத்து அணிவிக்கச் சொன்னார்.

உறவினர்கள், நண்பர்கள் வாழ்த்துகளுடன் தமிழரசியின் கழுத்தில் தாலிச் செயினை மதுக்குமார் அணிவித்தான். மங்கள மேளம் முழங்கியது.

"எல்லாரும் உணவு அருந்திவிட்டுத்தான் போகணும்!" என்று மணப்பெண்ணின் உறவுக்காரர் ஒலிபெருக்கியில் அறிவித்தார்.

அந்தச்சத்தத்தை ஒருகுரல் மீறியது. "ரோட்டுமுக்குல இருக்குற ஏடிஎம்ல இப்பத்தான் பணம்வெச்சுருக்காய்ங்க. கூட்டம் அவ்வள வால்ல. நூறுரூவா நோட்டும் வருது."

சாப்பாட்டுக் கூடத்தில் உட்கார்ந்திருந்தவர்களுக்கும் அந்தக்குரல் கேட்டது. சாப்பிட உட்கார்ந்திருந்தவர்கள், சாப்பிடப் போகக் காத்திருந்தவர்கள், "சாப்பாட்ட வந்து சாப்புட்டுக்கலாம். ஏடிஎம்ல நூறுரூவா நோட்டு வருதாம்ல்ல!" என்று எழுந்து ஓடினார்கள்.

"இந்தப்பணம் மனுஷன நிம்மதியா ஒருவாய் சோத்த திங்கவிடுதா!"

யாரோ உரத்த குரலில் சொன்னார்கள். "நம்மமேல திணிக்கப்பட்ட அதிகாரத்தை நாம பெருமையா ஏத்துக்கிட்டோம்!"

"வேணு... பழைய ஐநூறு, ஆயிரம்ரூவாநோட்ட மொய் செஞ்சா வாங்குவேல்ல!"

ooo